જીવન એક ખુલ્લું રહસ્ય

(ફિલસૂફી)

શરદ પૂર્ણિમા

સામગ્રી

સામગ્રી

પ્રસ્તાવના

શરદ પૂર્ણિમા.... આ નામ સોશિયલ મીડિયા યૂઝર્સ માટે અપરિચિત નહીં હોય. સોશિયલ મીડિયા પર પોતાનાં આગવા અંદાજથી કાફી જાણીતા છે. સોશિયલ મીડિયા મારફતે હજારો લોકો સુધી પોતાનાં વિચારો પહોંચાડી રહ્યાં છે. આધ્યાત્મ તરફ રુચિ રાખનાર શરદ પૂર્ણિમા બેન આધ્યાત્મનું કાફી જ્ઞાન ધરાવે છે. સ્વભાવે સરળ અને સ્પષ્ટ વક્તા છે. મજબૂત મનોબળ ધરાવતા શરદ પૂર્ણિમા બેનનું "જીવન - એક ખુલ્લું રહસ્ય" પુસ્તક આવી ગયું છે. આ પુસ્તક વિશે તમને થોડી માહિતી આપું છું.

"જીવન - એક ખુલ્લું રહસ્ય" પુસ્તકમાં ધર્મ, સમાજ, સમાગમ અને પ્રેમ તત્વની જાણી અજાણી વાતો લઈને આપણી સમક્ષ આવી રહ્યાં છે. ધર્મ એટલે શું? સમાજ કેવો હોવો જોઈએ ? સાચો પ્રેમ કેવો હોય? સમાગમથી સમાધિ સુધી પહોંચી શકાય ? આવા બધાં જ પ્રશ્નોનાં જવાબો તમને આ પુસ્તક વાંચ્યા પછી આપોઆપ મળી જશે. જો તમે આવા બધાં પ્રશ્નોનાં જવાબો જાણવા માંગો છો તો આ પુસ્તક વાંચીને તમે બિલકુલ નિરાશ નહીં થાઓ, એક સુંદર લખાણ વાંચ્યાની ખુશી થશે. પરમ તૃપ્તિનો અહેસાસ થશે ! દરેક રસ અને દરેક પ્રકારનું લખાણ આ પુસ્તકમાં તમને વાંચવા મળશે.

લેખિકાનું લખાણ સરળ અને ચોટદાર છે. થોડાંક શબ્દોમાં ઘણું બધું કહેવાની, સમજાવી દેવાની ઉત્તમ શૈલી લખાણમાં સ્પષ્ટ નજર આવી રહી છે. ગાગરમાં સાગર સમાન લખાણ છે... સૌને પ્રિય લાગે અને આબાલવૃદ્ધ સૌ સમજી શકે એવી સરળ શૈલીમાં આ પુસ્તક લખવામાં આવ્યું છે. આ પુસ્તકમાં ભારેખમ શબ્દોનો ભાર નથી અને વધારે પડતું વિચિત્ર આલેખન નથી. છતાં ય પુસ્તક અને લખાણ ખૂબ જ વહાલું લાગે એવું છે. ખેર, કંઈક સારું વાંચવાની તલાશમાં છો ? તો આ પુસ્તક તમારી માટે બેસ્ટ વિકલ્પ સમાન છે. નાની વાતો અને પ્રેરણાત્મક વાર્તાઓ મારફતે તમે ખૂબ જ બોધ મેળવી શકશો.

આ પુસ્તક મારફતે શરદ પૂર્ણિમા બેન સાહિત્યમાં પદાર્પણ કરી રહ્યાં છે એ માટે એમને ખૂબ ખૂબ શુભેચ્છાઓ. સાહિત્ય જગતમાં ખૂબ જ ખ્યાતિ મેળવે એવી પ્રાર્થના અને સતત લખતા રહે..... લાખો વાચકોને તેમનું લખાણ વાચવા મળે એવી અપેક્ષા...

ફના બુક પબ્લીકેશન હાઉસ
સુરેન્દ્રનગર
9313292321

1

સંભોગ વાસના કે મુક્તિ

માણસ જન્મ્યો ત્યારથી લઈને મૃત્યુ સુધી સહારા વગર રહી શકતો નથી, સહારાઓથી જ મોટા થયાને એટલે આદત પડતી ગઈ છે. આદતોને વાસના પશુયોનિથી લઈને પરમાત્માની ચાહત સુધીની જટીલ ને સૂક્ષ્મ છે. વાસનાઓની પૂર્તિને શારીરિક જરુરત માટે કોઈ વ્યક્તિ આપણી આર્થિક, માનસિક, શારીરિક કે ભાવનાત્મક જરૂરત બની રહી છે. જેની સાથે શરીરના સંબંધો છે જરૂરી નથી, ત્યાં પ્રેમ હોય, સ્ત્રીઓનાં વિષયમાં ઘણીવાર મજબૂરી, દયા અને પૈસા પણ હોય છે.

બહુ ઓછા લોકો પ્રેમસંભોગ કરે છે, લગભગ શરીરની જરૂરતને માનસિક રિલેક્સેશન માટે જ સંભોગ કરે છે, સંભોગ કોઈ પણ સાથે હોય ક્ષણિક વર્તમાનમાં લાવી આપે છે, ને વિચાર શૂન્યની ઝલક મળવાથી માણસ વારે વારે તે સ્થિતિને પામવા આતુર બને છે. નાના બાળકને સંભોગની જરૂર નથી કારણ, તેનામાં હજી વાસનાઓ પ્રગટ થઈ નથી. તેને ભાઈબહેન, મા બાપ, મિત્ર કોઈ પણ સંબંધોની જરૂર નથી, તેને આર્થિક સગવડ સિવાય કોઈ જરૂર નથી. જેમ જેમ બાળક મોટું થાય તેમ ઇન્દ્રિય સાથે મન પણ વિકસિત થાય છે, પછી યુવાને મનને તૃપ્ત કરવા સંબંધોની જરૂર પડે.

જો સંભોગ લગ્નપાત્ર સાથે હોય તો અફસોસ કે આત્માગ્લાનીમાં નથી જતાં બાકી લગ્નપાત્ર હોવા છતાં અન્ય સાથે તે પ્રેમી હોય કે પ્રેમીકા ક્યાંક અંદરખાને લગ્નપાત્રને દગો કે અંધારામા રાખ્યાની આત્મગ્લાની થાય છે. હા, આત્માનું સાંભળતા નથી તે અલગ વાત છે. પ્રેમપાત્ર કે અન્ય સાથે સંભોગમાં આત્મગ્લાનીનો ભાવ છેલ્લે પસ્તાવાને ગલત કર્મ તરીકે સાચાં ખોટાના કન્ફયુઝ્ન પૈદા કરાવે છે. આવા પ્રશ્નો જે આ વિષયમાં છે, તે બધા પાસે લગભગ છે પણ સભ્યસમાજના હિસાબે ઈગ્નોર થાય છે. સંભોગ આત્મગ્લાની ને પાપના ભાવ સાથે કરવાથી વિકૃતિ પૈદા કરે છે. સરેરાશ સ્ત્રીઓ જલદી સેક્સમાંથી મુક્ત થઈ જાય છે કારણ તે સમર્પણભાવમાં ઊતરે છે.

ખરેખર જો આ પ્રેમપાત્ર સાથે કરેલ સંભોગ અહોભાવ પ્રગટાવે તો સમાધિ સુધી લઈ જનાર સાધ્ય બની શકે પણ અહીં દરેક કોઈને કોઈ મજબૂરીથી સંભોગમાં ઊતરે છે અથવા તો વાસનાં કે પાપ સમજીને કરે છે. જો આ પાપ જ માનો છો તો સંભોગ કર્યા પછી પસ્તાવો નિરાસા ને હતાશા તરફ જ લઈ જશે. આપણને બ્રમચર્ય સુધી જવા માટે સંભોગ કૃપા ને પૂજનિય છે તે નથી સમજાવ્યું. શું કામ સંભોગમાં તૃપ્તિ નથી તે ચર્ચાનો વિષય છે પણ સેક્સની ચર્ચા શરમજનક છે, બસ દમન તરફ લઈ જનારા ઢોંગી ધાર્મિક ગુરુઓને લોકો અજાણ્યે માણસને ભોગ તરફ ધક્કો મારી રહ્યા છે. જેટલો સમાજ સભ્ય ને સંસ્કારી બનશે એટલો જ ક્રોધી ને કામી બનશે.

જ્યારે પણ સંભોગમાં ઊતરો છો, કોઈની પણ સાથે પત્ની પતિ કે પ્રેમીઓ ત્યારે પુજા કરો છો તે ભાવથી જો સંભોગને રૂપ અપાશે તો સંભોગ મુક્તિ તરફ લઈ જનાર સાધ્ય છે. 21 વર્ષના યુવાનો સંભોગને ભોગવે છે જ્યારે 51 વર્ષના વડિલો સંભોગથી મુક્તિ ચાહે છે. સંભોગ ગુલામી તરફની યાત્રા કરે છે, જ્યારે સમાધિ મુક્તિ તરફની યાત્રા.

2
સ્ત્રી-પુરુષ એકબીજા પર ડિપેન્ડેડ કેટલા ?

પુરુષ દિવસરાત તનતોડ મહેનત કરે છે, સ્ત્રી માટે પુરુષ ખુદ કરતા તેની ગમતી સ્ત્રી માટે કમાય છે. પુરુષને પહેલા નંબરે જો કંઈ જોઈતું હોય તો તે છે, ગમતી સ્ત્રીનો સહવાસ. તે પછી તેની પત્ની હોય કે પ્રેમીકા બાકી બધી મંચ્છાઓ બીજા ત્રીજા નંબરની હોય છે. એક પુરુષ અંડરવેઅર, ચપ્પલ વરસો સુધી ચલાવી લે છે, પણ જેને તે પ્રેમ કરે છે તેના માટે ઓવરટાઈમ પણ કરી લે છે. તમે નોટિસ કર્યું જેના જીવનમાં સ્ત્રી પાત્ર નથી તે પૈસા કમાવવામાં ઓછો રસ રાખશે. પૈસા પુરુષ કમાય જ સ્ત્રી માટે છે. તે મા, બહેન કે પત્ની પ્રેમીકા હોય શકે.

જેમ પુરુષ સ્ત્રીઓનાં ખર્ચા પૂરાં કરે છે તેમ સ્ત્રી ક્યારેય પુરુષના ખર્ચાઓ પુરા કરતી નથી. ભલે સ્ત્રી ગમે તેટલું કમાતી હોય. તે ગિફ્ટ વગેરે આપશે, સમયે ઘરેણા વેચી નાખશે પણ પુરી જિંદગી આર્થિક રીતે સ્ત્રી કોઈ પુરુષને સાચવતી નથી. આ કામ પુરુષ જ કરી શકે છે.

જો કે આપણા સમાજની પારિવારિક વ્યવસ્થા પણ બંન્નેની શારીરિક જરૂરીયાતની ડિમાન્ડ જોઈને જ કરવામાં આવી છે. દાંપત્યજીવન દરમ્યાન પુરુષ આર્થિક ને સામાજીક કાર્ય સંભાળે ને સ્ત્રી ઘર-પરિવારને જોડી રાખવાનું કાર્ય. જે ઘરમાં સ્ત્રી ના હોય તે ઘરમાં પારિવારિક

વહેવારો લાંબાં હોતા નથી. મારો કહેવાનો મતલબ કે પુરુષ સ્ત્રી પર ડિપેન્ડ શારીરિક વધારે રહે છે, જેમ કે તેની રસોઈ, કપડાં, ઘર સંભાળવું ને સેક્સની જરૂરત પુરી કરવી. હું એવું નથી કહેતી કે પુરુષને ફક્ત સ્ત્રી સંભોગ માટે જ જોઈએ છે, એવું જ હોય તો પત્ની કરતા સેક્સવર્કરની વેલ્યૂ વધારે હોત. પણ સ્ત્રી કરતા પુરુષ શારીરિક વધારે ડિપેન્ડેટ છે. એક પુરુષને સ્ત્રીની બરાબરીમાં એકલા રહેવું વધારે કઠીન છે. અસંભવ નથી પણ શારિરિક જરૂરિયાતના હિસાબેથી તે વધારે અવ્યવસ્થિત થઈ જાય છે. જે ઘરમાં સ્ત્રી ના હોય તે ઘર ખંડેર જેવું થઈ જાય છે. એટલે જ સ્ત્રી વિધવા રહી શકે પણ પુરુષનું થોડું કઠીન છે.

એક સામાન્ય પુરુષ પાસે જો આર્થિક સગવડ કે પૈસા ના હોય તો તે પુરુષનું જીવન સ્ત્રી વગર જ જાય છે. પહેલાના જમાનામાં રાજાઓ વધારે રાણી રાખવાના કિસ્સાઓ જ સાબિત કરી આપે છે કે પુરુષ પહેલા નંબરે સ્ત્રીઓમાં શારીરિક તલ પર વધારે ડિપેન્ડ છે. જો એક સ્ત્રીઓમાં પુરુષને સંતોષ હોત તો રાજાઓનું વધારે સ્ત્રીઓનું રાખવું પ્રમાણિત ના હોત, ઈતિહાસમાં ડોક્યું કરજો સ્ત્રીઓને એકથી વધારે વરરાજા ન હતા. કોઈ અપવાદ હોય શકે, બાકી રાજાઓની બરાબરી નહીં, સુંદર દેખાવડી પત્ની લઈને ફરતા પુરુષની ચાલ જરીક જોઈ લેવી. તે સુંદર કન્યા ગુણવાન હોવી જરૂરી નથી બસ બાહ્ય સુંદરતા પર પુરુષ અભિમાન કરતો હોય છે. સીધી જ વાત છે બાહ્ય સુંદરતા મતલબ ભોગ હજી પણ અમુક પુરુષો પોતાની પત્નિ ગુણવાન હોય પણ દેખાવડી ના હોય તો ઘરની બહાર લઈ જતા સંકોચાય છે.

સેક્સમા આનંદ લેવો ગલત નથી પણ જો તે ભોગ બની જાય તો ભરમાવી પણ જાય એટલે મિત્રો ભોગવતાની સાથે ભોંયરામાથી નિકળતા શીખી જજો નહીંતર અભિમન્યુની જેમ ચક્રવ્યૂહમાંથી પાછું વળવાનું ભુલાય જશે તો ભવોભવ યોનિમાં જ ભટકતા રહેશો.

દરેક પુરુષે એકવાર ગહેરાઈથી વિચારી જોવું કે તમે મહેનત શું કામ કરો છો આ મહેનતનું કેન્દ્ર શું છે ? મને ખબર છે તમારા જવાબમાં હશે મા બાપ, પરિવાર, સંતાનો જવાબદારી વગેરે વગેરે... રાઈટ,

પણ ખુદને દગો આપ્યા વગર પોતાના માટે સાચો જવાબ ગોતવાનો પ્રયત્ન કરજો, શું તમે ખુદ માટે પૈસા કમાવા મહેનત ને શરીર તોડો છો કે પોતાનાને ખુશ રાખવા ? જો પોતાનાને ખુશ રાખવા હોય તો પોતાના જે છે તે બધાનું કેન્દ્રનું જોડાણ શું છે, સેક્સસેન્ટર નથી ?

એક સ્ત્રી પુરુષ પાછળ એટલી ગાંડી નથી થતી જેટલી પૈસા પાછળ જો પુરુષ કરતા પૈસાની વેલ્યૂથી સંબંધ હોય તો શું એ સંબંધ સુખ કે આનંદ આપી શકે ખરો ! એક દીકરો કમાતો નથી ને પરિવારને સંભાળતો નથી તો તે દીકરાને પ્રેમ અને લગ્ન કોણ કરશે ?

હું એવું નથી કહેતી પૈસા ન કમાવ, જુનાગઢ જતા રહો, પણ પૈસા પાછળ ખુદને ખોવાની જરૂર નથી, આરામથી કમાવ ને પરિવારને સાચવો. પોતાના જીવને બાળીને બીજાને ખુશ કરી શકાશે નહીં. ગમે તેટલું કમાવ અહીં બધાને ઘટતું જ રહેવાનું છે, ખુદ કોઈના પર બોજ ના બનીએ તેટલું કમાવું જ જોઈએ, જવાબદારી લીધેલ છે તો તે પણ નિભાવો પણ અમુક પુરુષો ઓછું કમાય છે તો પોતાની જાતને દોષી માને છે અથવા પોતાના પરિવારનું પેટ નથી ભરી શકતા તો સ્યૂસાઈટ ના વિચારો કરે છે. જવાબદારીમાંથી થોડુંક એકલા જીવી લેવું. પ્રતિસ્પર્ધામાં ભાગ ના લો.

જે પુરુષ નથી કમાતો તેને પૂરતું સેક્સ પણ મળતું નથી, આ વાસ્તવિકતા છે. પ્રતિસ્પર્ધા, ગુસ્સો, ઈગો, નપુંસકતા, સ્વપ્નદોષ આ બધા જ પ્રકાર સેક્સના જ છે. સાચું કહું તો સ્ત્રીને સેક્સ માટે મફત પુરુષ મળી જાય પણ પુરુષને વીર્ય સાથે પૈસા ચુકવવા પડે છે. સ્ત્રી અભાગી છે કે આ સમાજનો માનસિક સમજનો ભોગ બની, એટલે જ પુરુષની આ ગતિ થઈ. આપણા સમાજમાં પૈસા મુલ્યવાન થઈ ગયા છે પણ એટલા નહીં કે આનંદને ખુશી ખરીદી શકે, વાસના આપી જ છે તો તેને સહી દિશા મળવાથી પ્રકૃતિ સમાવી લે છે.

3

ભરોસો ખુદ પરનો

આ આધુનિક સમયમાં માણસને, માણસ કરતા મશીન પર ભરોસો કરવો સહેલો પડે છે. કારણ કે માણસ પરિવર્તનશિલ છે, ને મશીન સ્થૂળ, મશીનમાં ભાવ નથી માણસમાં ઊર્જા છે, તો સ્વભાવિક છે, કે માણસ પાસે કામ, ક્રોધ, લોભ ને મોહ છે. જે એક મશીન પાસે નથી એટલે જે બદલતું નથી તેની પર આપણને ભરોસો બેસે છે અને જે નિરંતર બદલે છે, તે માણસ ક્ષણિક ગુસ્સામાં કોઈની હત્યા પણ કરી નાખે છે. ને ઘડીકમાં પ્રેમમાં જીવ પણ લુટાવી શકે છે. તો આ માણસની જાત પર ભરોસો મુકવો કઈ રીતે? બિજનેસ માટે ને સંબંધોમાં જીવવા માટે ભરોસા વગરનું થોડું મુશ્કેલ છે.

મારું માનવું છે કે આપણી જાત પર એટલો ભરોસો રાખવો, કે સામેવાળો માણસ ચિટિંગ કે દગો કરે તો હું તે માટે વિશ્વાસ મુકતા પહેલા જ નુકસાની ભોગવવા તૈયાર છું અથવા સહનશક્તિ ને સમજશક્તિ સુધી જ બીજા સાથે કાર્ય કે સંબંધની સ્થાપના કરવી. જો હું પોતાને 100% બીજાને સમર્પણ કરું છું તો 100% પાછું પોતાનામાં આવવાની પણ તેવડ જોઈએ અથવા પરિણામની ચિંતા ના હોવી જોઈએ, તો જ બીજા પર ભરોસો કરીને આગળ વધવું. બાકી કોઈ પર ભરોસો ન કરવો.

હું જોવું છું કે, ઘણા સંબંધોમા દગો ને વિશ્વાસઘાત થયેલ હોય તે કેસ પોલીસસ્ટેશનમાં અથવા ક્રાઈમ બની જાય છે, જે વ્યક્તિ સાથે બંનેની મરજીથી કરેલ ઈન્ટરકોર્ષ ને બળાત્કારનું નામ આપી દેવાય છે. મને એ નથી સમજાતું કે તમારી અમુક ઉંમર પછી તમે એટલા નાદાન કેમ રહો છો કે તમને ગમે તે છેતરી જાયને ફોસલાવી જાય. એક બે વર્ષે ભાન આવે કે પ્રેમ ના હતો બળાત્કાર હતો. કે પછી ખુદને બચાવવા માટે બોલાતું જુઠ છે, જે સ્ત્રીઓ કે છોકરીયું પોતાના અમુક ટાઈમના રિલેશનને બળાત્કારનું નામ આપી, બીજાને બદનામી ને ખીસાં ખાલી કરતા જરાય શરમ નથી આવતી. અમુક સ્ત્રીઓ ડિવોર્સમાં પૈસાની લાલચે ઊકળાટ કાઢે છે. કહેવાનું એટલું જ છે કે, કાયદો સ્ત્રીના ફેવરમાં છે. મતલબ કાયદો તમારી ફેવરમાં બાહરી સપોર્ટ કદાય આપી શકે કારણ કાયદો પુરાવા પર આધિન છે. અમુક પુરુષવર્ગ પણ સ્ત્રી પર અત્યાચાર કરે છે, મારામારી, એસિડ છંટકાવ, વિડિયો ફોટા બતાવી બ્લેકમેલ, ધાકધમકી અથવા તો મર્ડર. આ વાત બંને માટે લાગું પડે, પૈસા ને પદ બાહરી તો બચાવ કરી લેશે પણ કુદરતના ન્યાયનું શું ? એ જ્યારે ન્યાય કરશે ત્યારે કોણ બચાવશે ? આ વસ્તુ વિશે પણ જરાક વિચારો તો તમને સમજાશે.

પ્રેમ, નફરતમાં ને મિત્ર દુશ્મનનું રુપ ધારણ કરી લે તે પહેલા પ્રેમ શીખવાની જરૂર છે. આકર્ષણને પ્રેમ માનીને ખાસ્સો વર્ગ પ્રેમ શબ્દને બદનામ કરે છે, જેને તમે પ્રેમ કરો છો એની સાથે બદલો લેવાનો વિચાર જ કેવી રીતના આવે ? તમને જેની સાથે હવે નથી રહેવું તેને માફ કરીને છુટા પડો, ભરોસો મેં કરીયો છે, તો જવાબદાર પણ હું જ છું. બદલો લેવો કરતા પોતાને બદલવાની ભાવના આગળના જીવનમાં રંગ ભરશે, જીવનમાં કંઈક એવું કરવું જોઈએ કે તમને પ્રેમ કરનાર ને અફસોસ ના થાય કે ખોટી ચોઈસ હતી.

આપણો કોઈના પરનો વિશ્વાસ, ભરોસો આપણી લાયકાત છે, સામેવાળા પર ઉપકાર નહીં.

આવા સમયમાં કોઈ ઉપર ભરોસો કરવાની લાયકાત પણ કેળવવી પડે છે અને તે ત્યારે જ આવે છે જ્યારે ખુદ પણ સામેવાળા કરતા વધારે ભરોસો હોય. જેમ કે મેં કોઈ સામેવાળાના ભરોસે કામ કર્યું છે તો તે ભરોસાને પાત્ર ન નીકળે ત્યારે મને મારા ખુદ પરનો ભરોસો કામ કરે છે. ભરોસો મૂક્યો તે બધી જ જવાબદારી સામેવાળાની નહીં પણ મારી છે. આપણે ભરોસો અને વિશ્વાસ એને જ કહીએ છીએ જે સામેવાળું આપણા વિચારો અને આપણી સમજ પ્રમાણે વર્તન કરે. જો તેનાથી થોડું આપણી સમજની બહાર વર્તનમાં ફેરફાર થયો તો આપણો વિશ્વાસ તૂટી જાય છે. જેમ કે, બે પ્રેમીઓ વચ્ચે ત્રીજી વ્યક્તિ કોઈ આવે ત્યારે એક પાત્ર એ વિશ્વાસઘાત કરીયો તેવું પણ આપણે કહીએ છીએ. લગભગ સંબંધોમાં પ્રાઇવસી જેવું કોઈ વાત હોતી જ નથી. એકબીજાની બધી જ વાતો અને હરકતો શેર કર્યા પછી પસ્તાવાનો પણ વારો આવે છે. અમુક વાતો અને હરકતો એવી હોય છે જે કોઈને કહેવી ન જોઈએ. પોતાની એક પ્રાઇવસી પણ હોવી જરૂરી છે.

જ્યારે બે પાત્ર બધી જ વાતો અને સ્ટોરીઓ કહી દે છે અને જ્યારે અલગ થવાનો વારો આવે છે ત્યારે તે જ વાતો જાહેર કરી દેવામાં આવે છે. સમાચાર બની જાય છે અને ત્યારે પણ એક વિશ્વાસઘાતનો ઝટકો લાગે છે. વ્યક્તિએ એક સમજ હોવી જોઈએ કે, આપણી પાસે બીજાની વાતો નથી રહેતી તો બીજાની પાસે આપણી વાતો સલામત રહેશે કે કેમ ?

બે વ્યક્તિ પ્રેમમાં ઓતપ્રોત થઈને વાયદા વચન આપી દે છે કે, તારા સિવાય હવે આ લાઈફમાં કોઈ નહીં. પણ જ્યારે બે પાત્રો જુનાં થઈ જાય છે ત્યારે મનની ડિમાંડ નવિનતામાં છે અને મન તેનું કામ કરે છે. ત્યારે વિશ્વાતઘાત જેવો શબ્દ ઉમેરાય છે. એક વાત યાદ રાખજો કે ત્રીજી વ્યક્તિ બે વચ્ચે ત્યારે જ આવે છે જ્યારે બે વ્યક્તિ અલગ

થઈ ચૂકી હોય છે. ત્રીજી વ્યક્તિ આવ્યા પછી બે વ્યક્તિ અલગ થતી નથી. ત્રીજી વ્યક્તિની જરૂર જ આ વાત સાબિત કરી જાય છે. હંમેશાં ત્રીજી વ્યક્તિથી બચતા કપલ ત્રીજી વ્યક્તિ સુધી પહોંચી જાય છે. અને વિશ્વાસ એટલે ગમે તેવી પરિસ્થિતિ આવે સામેવાળાની તલવાર મારી ગરદન પર છે છતાં મરવાની તૈયારી તેને વિશ્વાસ કહેવાય. ત્રીજી, ચોથી ને પાંચમી ગમે તેટલી વ્યક્તિઓ આવે મારા માટે તારા પ્રત્યેના પ્રેમમાં ફરક શું પડે ?

મેં સાંભળ્યું છે, કે વિશ્વાસ હોય ત્યાં પ્રેમ હોય પણ હું કહું છું કે, પ્રેમ હોય ત્યાં વિશ્વાસ અજર અમર છે.

મેં ખુદને મિટાવી દીધી છે,
મેં વિશ્વાસ કરતા પ્રેમ તને વધારે કયો છે.

4

પ્રેમ...

જો ખરેખર કોઈ વ્યક્તિના પ્રેમમાં છો, પ્રેમ કરો છો ? તો પ્રેમ કરવાનું નાટક ના કરી શકીએ કારણ કે, પ્રેમ બોલવાનો વિષય નથી. મહેસુસ કરવાનો ને કરાવવાનો વિષય છે. રાડો પાડીને હું તને પ્રેમ કરું છું ને આંખો કોરી હોય તો આ શબ્દો સામેનું પાત્ર માની લેશે પણ તેનું હ્રદય કોરું રહેશે.

એક સ્ત્રી પુરુષને આઈ લવ યુ બોલી શકાય પણ આઈ લવ યુ હ્રદય સુધી પહોંચાડવા માટે તપ ને ઊમળકો જોઈ. મરી મટી જવાની તૈયારી જોઈએ. નમાલાથી પ્રેમ ના થાય. સીધો માણસ પ્રેમ કરી ના શકે, એના માટે પાગલ બનવું પડે. પ્રેમપાત્ર મળે તો ભલે ના મળે તો ભગવાનની મરજી. ફોન કરે તો ભલે નહીંતર નેટવર્ક પ્રોબલેમ હશે. કંઈ વાંધો નહીં ચાલશે, પ્રેમમાં ના ચાલે ઊભી રે, હું આવું છુંનો જુસ્સો જોઈએ.

જેને જીવનમાં પ્રેમ કરીને અફસોસ થયો છે કે, પ્રેમપાત્ર ગલત પકડાય ગયું હતું. તેને પ્રેમ કરીયો જ નથી. પ્રેમના નામ પર ગલતકાર્ય કર્યું છે કારણ કે, પ્રેમ પાત્ર સાથેનો વિષય જ નથી, પ્રેમ આત્માનો વિષય છે.

પ્રેમનો વિષય કવિતા ને શાયરીમાં ના સમાય એ તો આંખો ને હ્રદયથી વંચાય. તેની ચાલ મસ્તાની ને દેવદાસ બની જાય છે. તેની આંખો

જાણે અફીણનો નસો ચડ્યો હોય ને તેના બદનની ખુશ્બુ જાણે કસ્તૂરી. તેની અદા મંત્રમુગ્ધ કરી નાખે. જે પ્રેમમાં છે તે પ્રેમ કરતા ખુદને રોકી ના શકે. તેની પાસે કંટ્રોલ નામનું મશીન હોતું નથી.

પરિવાર સ્નેહજનોને સમાજ જેને આડો આવે તે પ્રેમ કરી જ ના શકે. તે તો પ્રેમના નામ પર વાસનાઓ ભોગવે છે. પ્રેમના નામે મનચ્છાઓ પૂરી કરવાની અલગ થિયરી અપનાવે છે. જે પ્રેમમાં છે તેની દુનિયા જ પ્રેમપાત્ર ! તેની પર વારી જાય છે. તેને આખી દુનિયા તેના વગર નકામી લાગે છે. પ્રેમ માટે રાત કે દિવસ એક બરાબર હોય છે. રાત્રે ત્રણ વાગ્યે જે ગોદડા ઓઢીને વાત કરે. મચ્છર પગનું લોહી પીતાં હોય. ખાવાનું ટાણું ચૂકાય જાય. વોટ્સએપ રાતદિવસ લાસ્ટસિન પર ચાલે. good morningથી લઈને good night સુધી પણ વાતો પૂરી નથી થતી. good night કીધાં પછી પણ sweet dreams, love you વગેરે રીચાર્જના પૈસા વસૂલ કરતા પ્રેમીઓ જીવતા હોય એવું લાગે છે.

પ્રેમ લગ્નમાં પરિવર્તિત થાય. પરમેનેટ રહે. એક જ વાર થાય. ઉંમર ફિક્સ હોય. લગ્ન પછી ના થાય. જ્ઞાતિમાં જ થાય. હેસિયત જોઈને થાય વગેરે માણસની ફિલોસોફી છે. આ બધાં દિમાગના પ્રેમ છે, દિમાગ પાસે ગણિત છે.

પ્રેમને ઉંમર કે જ્ઞાતિ સાથે કંઈ લેવાદેવા નથી. પ્રેમ ટાઈમલેસ છે. પ્રેમમાં મિલન વિરહ સાથે જ છે. જેની હાજરી હોય જે તેની ગેરહાજરી પણ વર્તાય. જે સમક્ષ હોય છતાં ખોવા ના ડર સાથે હૃદયને કોરી ખાય તે પ્રેમ ! ખૂબ તોડી મરોડીને તૈયાર કરે પાત્રને તે પાત્ર એટલે પરમાત્માનો પ્રસાદ.

5
નિસ્વાર્થ ને અપેક્ષાનો તફાવત

માણસ કંઈ પણ આપે છે, તે અપેક્ષા સાથે આપે છે. તેથી તે સંતોષ ને આનંદ આપતું નથી. આપણે પણ યાદ રાખવું પડે છે કે પાછું આપીશું તો જ ફરી મળશે. લગભગ વહેવાર જેવું જ... પછી તેમાં વસ્તુ, સમય કે પ્રેમનો પણ સમાવેશ કરી શકાય.

તમને કોઈ પ્રેમ કરે છે; જો તમે નહીં કરી શકો તો તે પ્રેમ વરસતો બંધ થઈ જાય છે. પ્રેમ તો જ મળે જો બદલામાં કંઈક આપો. તમને કોઈ સમય આપે છે; જો તમે તેના સમયે ના ઊભા રહ્યા તો સંબંધ પૂરો થાય છે. તમે કોઈને પાંચ રૂપિયાનો વહેવાર કરીયો, ને તે બે રૂપિયાનો કરે તો આપણો વહેવાર એક રૂપિયાનો થઈ જાય છે. માણસના મનના આ બધા વહેવારો છે એટલે હિસાબ કિતાબ ચાલ્યે રાખે છે. માણસના પ્રેમ પણ મનના સ્તરથી આગળ વધતા નથી. તે માપતોલને ગણતરી કરીને જ ચાલે છે.

પ્રકૃતિ જ્યારે કંઈ આપે છે ત્યારે તે આપીને આનંદિત થાય છે. તેને વળતરની વાટ પણ નથી અને એટલે જ આપણે પ્રકૃતિ પાસે આનંદિત થઈએ છીએ. સૂર્ય તડકો આપીને વળતરની અપેક્ષા નથી રાખતો. પાણી, ધરતી, ચંદ્ર, વૃક્ષો અમુક આત્માજીવી જીવ વગેરે. વહેવારીક

નથી તેથી તમે દરવાજો ખોલો તો તે બારણે જ વાટ જુએ છે. અનંત વરસવું તેનો સ્વભાવ છે. હિસાબ કિતાબ તેની પાસે છે જ નહીં. આપણે નિસ્વાર્થની વાતો જ કરીએ છીએ પણ આપણને નિસ્વાર્થ કોને કહેવાય તે ખબર પણ નથી. આપણા પ્રેમમાં દુ:ખ એટલે જ છે. જો નિસ્વાર્થ જ હોય તો ઉદાસી, ભય, બેચેની નથી.

તેનું ઉદારહરણ પ્રકૃતિને જોઈ લો. ભેદભાવ વગર ચોર હોય કે સંત બધા પર સરખી જ વરસે. એક બગીચા પાસેથી નિકળશો તો તેને તમે પાણી આપ્યું હોય કે ના આપ્યું હોય તે તમને સુગંધ આપતા પોતાને રોકી નહીં શકે. આભ વરસતા પહેલાં ગુણવતા નહીં જુએ, પ્રકૃતિ પાત્રતા હોય કે ના હોય વરસવું તેનો ગુણધર્મ છે. હા, આપણી પાત્રતા તેને લેવાની કેટલી છે, તે ચોક્કસ ગૌણ છે. એક વ્યક્તિ સમુદ્ર પાસે જઈને પણ ભીંજાયા વગર આવે છે.

આપણે પ્રેમ સંબંધોમાં દુ:ખી એટલે જ થઈએ છીએ કે, ત્યાં મનમેળ છે. જ્યા મનમેળ છે ત્યાં મનમુટાવ પણ છે. સંબંધો સિક્કાની બે પહેલુંમાં આવે છે. સુખી કરે તે જ દુ:ખી કરે છે. મનના પ્રેમની પાછળ પ્રશંસાને શિકાયત બંને છે. હસાવે તે જ રડાવે છે.

6
સેક્સલાઈફ જીવંત કે કામ ?

કહેવાય છે કે દાંપત્યજીવનમાં સેક્સ લાઈફ બહુ જરૂરી છે. જો પતિ પત્ની વચ્ચે સેક્સ લાઈફ સારી નથી તો તેનો સંબંધ રુખો-સૂકો હોય છે. આવું આપણે સાંભળેલું છે પણ હકીકત તો એ છે કે સેક્સ ફોરપ્લે અને આફ્ટર પ્લેથી લઈને અડધો કલાક યા તો એક કલાક ચાલતું હોય છે. પણ બાકીની જે કલાકો છે તેમાં પતિ પત્નીનો સંવાદ, મનોસ્થિતિ એકાબીજાને કેટલી સમજાય છે તે બહુ જરૂરી છે. એક સ્ત્રી અને એક પુરુષનો આત્મા ભલે એક રહ્યો પણ શરીરના ઢાંચા જેમ અલગ છે તેમ મનની ડિમાન્ડ ને મનોસ્થિતિ પણ અલગ છે.

આપણે લગભગ સ્ત્રીઓના મોઢે સાંભળેલું છે કે, તે રાત્રે સેક્સ કરીને પડખું કરીને સુઈ જાય છે. તે આવું શું કામ કરે છે? તે ખુદ પુરુષને પણ નથી ખબર. સેક્સ કરીને જ્યારે પુરુષ પડખું કરીને સુઈ જાય છે ત્યારે સ્ત્રીને એવું લાગે છે કે, તેને મારા શરીરનો ઉપયોગ કરીયો. પુરુષને ફક્ત મારું શરીર જ જોઈએ છે પણ ખરેખર તે અધૂરું સત્ય છે.

પુરુષને એક વાત હજુ નથી ખબર કે, જ્યારે પુરુષનું સેક્સ પૂરું થાય છે ત્યારે સ્ત્રીનું સેક્સ શરૂ થાય છે. એટલે જ પુરુષનું પડખું ફરવું સ્ત્રી સહન કરી શકતી નથી. તેને તૃપ્ત થવા માટે સેક્સની જરૂર નથી પણ સેક્સ

બાદ થોડીક આફટર પ્લેની જરૂર હોય છે પણ અમુક પુરુષ પુછવા પણ ઊભો રહેતો નથી કે, તને આનંદ આવ્યો કે શું ?

પુરુષનું સેક્સ બાદ તે પોતાની બધી જ શક્તિ વીર્ય દ્વારા બહાર ફેંકી દેવાથી થાકી જાય છે અને તરત તેને ઊંઘ આવવા લાગે છે. તેથી તે બીજું કંઈ વિચારી શકતો નથી. આ વાત પણ સ્ત્રીને નથી ખબર. અહીં બંનેની મનોસ્થિતિ અલગ છે. પુરુષને પ્રેમ કરવા માટે સ્ત્રીના શરીરનો સ્પર્શ જોઈએ જ્યારે સ્ત્રી દૂરથી પણ પ્રેમ કરી શકે છે. તેને દરવખતે સેક્સની જરૂર રહેતી નથી.

પુરુષનો બિઝનેસ સારો ચાલતો હોય તો બેડરૂમમાં તેનું પફૉીમન્સ સારું હોય છે અને જો સ્ત્રી બેડરૂમમાં તૃપ્ત થાય તો તે ઘર પરીવારમાં પફૉીમન્સ સારું આપી શકે છે. દાંપત્યજીવન ખાલી સેક્સ ઉપર ચાલતું નથી. સેક્સ એક કલાક, અડધો કલાકનો વિષય છે પણ બાકીની જે કલાકોમાં એકબીજાનું વર્તન, એકબીજાની હેલ્પ અને એકબીજા કેવી રીતના તર્કની જગ્યાએ સંવાદ કરે છે તે પણ મહત્વનું છે.

જેમ કે સ્ત્રી કિચનમાં ક્યારેય પુરુષને કામ કરવા દેતી નથી. પણ છતાં સ્ત્રીનો એવો આગ્રહ હોય છે કે મને તે કિચનમાં હેલ્પ કરાવે. કદાચ, જો કોઈ પુરુષ કિચનમાં હેલ્પ કરાવશે તો પણ સ્ત્રી તેની હેલ્પ વધારે લેશે નહીં કારણ કે, તેનો ગેસનો ચૂલો બગડી જાય છે. બસ સ્ત્રીના મનને સમજાવવા માટેની ટેકનિક છે કે, તે મને બહુ સાચવે છે. સ્ત્રીઓને ગિફ્ટ સરપ્રાઈઝ અથવા હાલતા ચાલતા પતિના પ્રેમ ભર્યા હળવા સ્પર્શની ઇચ્છાઓ રહેતી હોય છે. જે પુરુષ તેની પત્નીને સેક્સ સિવાય સ્પર્શ નથી કરતો તે સ્ત્રીને મનમાં ખાતરી થાય છે કે, આ પુરુષ મને પ્રેમ કરતો નથી. મારા શરીરને જ પ્રેમ કરે છે કારણ કે, સ્ત્રી માટે સેક્સ એટલું બધું મહત્વનું નથી જેટલું સેક્સ વગરનો હળવો સ્પર્શ પણ પુરુષ બિચારો શું કરે એ જ્યાં સુધી વીર્યને બહાર ફેંકી ના દે ત્યાં સુધી પોતાના મનને વાળી શકતો નથી. એટલે જ્યારે પણ પુરુષ સ્ત્રીને સ્પર્શ કરે છે ત્યારે તે વીર્યના નીકળવા સુધી શાંત થતો નથી. હા એક વાત એ પણ પુરુષની સારી છે કે તે સ્ત્રીની ઇચ્છા વિરુધ્ધ સેક્સ કરતો નથી પણ

સ્ત્રીની ઇચ્છાઓ જ પુરુષના ચાહત વિરુધ્ધની છે એટલે પતિ પત્ની વચ્ચે સંઘર્ષ ચાલ્યે રાખતો હોય છે.

સ્ત્રી ખાલી હગ કરવાથી પણ સંતોષાઈ જતી હોય છે. સ્ત્રી સેક્સ ઓછું ચાહે છે પણ પરફેક્ટ અને પ્રેમભર્યું ચાહે છે. સ્ત્રીની ઊંઘ સેક્સ બાદ ઊડી જાય છે અને પુરુષને સેક્સ બાદ ઊંઘ આવે છે કારણ કે, સ્ત્રી ગ્રહણ કરે છે અને પુરુષ આક્રમણ કરે છે. આક્રમણ હંમેશાં થકાવે છે અને રિસેપ્ટીવ આનંદિત થાય છે.

સેક્સનો વિષય શરીરનો નહીં પણ મનનો છે, ઘરમાં આગ લાગી હશે તો તરત મન ઉત્જેના છોડી દે છે. મેં સાંભળ્યુ છે કે, જો વીર્ય સમય અંતરે બહાર ફેંકવામાં ના આવે તો સ્વપ્નદોષ થાય. જો આ વાત સાચી હોય તો શરીરમા વીર્ય સ્ટોરેજની થેલી હોવી જોઈએ પણ તેવું નથી. વીર્ય એક ઊર્જા હોય શકે જે મનનાં ઈનબોક્સમાં સંગ્રહ કરે ને સ્ટોરેજ ફુલ થતાં કામ અનિવાર્યતા બની શકે. એટલે જ બ્રમચર્ય પણ મનનો જ વિષય છે. ક્યારેય શરીરે સેક્સ ના કર્યુ હોય ને તેને બ્રમચર્ય કહેવું તે યોગ્ય નથી પણ મનથી ક્યારેય વિકાર ઉત્પન થતો નથી તેને બ્રમચર્ય કહી શકાય. વિકારના પ્રકારો પણ અનેક છે.

બની શકે તો બેડરૂમમા ફોન ના રાખવો કારણ કે, ઘણીવાર મોબાઈલ બેલ ડોરબેલનું કામ કરે છે. જો પતિ પત્ની વચ્ચે સેક્સ હળવા સ્પર્શને સંવેદના સાથે કરવામાં આવે તો ઘણા કપલો ઉંમર સાથે સેક્સલાઈફથી જીવનલાઈફને સિક્યોર કરી શકે. લગભગ કિસ્સાઓમાં કપલો આંખો બંધ કરીને સેકસમાં ઊતરે છે. જે શરીરના પાર્ટનો તે રોજ ઉપભોગ કરે છે. તેને નિહાળ્યાનો લ્હાવો પણ ચૂકી જાય છે. આંખોના મિલન વગર શરીરને સ્પર્શ પણ કરવો ના જોઈએ. કામશાસ્ત્રોમાં સંભોગથી સમાધિમાં ઊતરવાની પધ્ધતિઓ છે પણ આપણે દાવપેચ રમતા જ રહી ગયા. અને અંતે સેક્સપાર્ટ મશીનને મનોરંજન બની ગયા. આપણે પદવીઓ હાંસીલ કરી લીધી પણ સેક્સલાઈફનું ભણતર ના મળ્યું. જો સંભોગમાં હોશ નથી તો ત્યાં મુક્તિ પણ નથી. મનમેળ વગર સંભોગ પણ પાપ છે.

7
નિર્બળથી નિર્ભયતા

કોઈપણ વ્યક્તિ હિંસા અને ઈમોશનલી ટોર્ચર ત્યારે જ સહન કરે છે જ્યારે તે વ્યક્તિ અત્યાચાર અથવા ઈમોશનલ ટોર્ચર કરનાર વ્યક્તિને પ્રેમ કરે છે. કા તો સમાજનો કે બીજો કોઈ ભય પણ હોઈ શકે. ઘણીવાર સાથે રહેતા વ્યક્તિ પર એટલા નિર્ભર હોય છે કે એના સિવાય બીજું કોઈ ઓપ્શન પણ હોતો નથી. દાખલા તરીકે કોઈ પત્ની તેના પતિની મારપીટ અને હેરાનગતિ, ખોટી શંકા ત્યારે જ સહન કરે છે જ્યારે તે એના પતિને સંતાનોને પ્રેમ કરે છે અથવા તો તેમની પાસે તેમના ઘર અને પતિના સહારા સિવાય બીજો કોઈ વિકલ્પ નથી. કા તો ઈજ્જત આબરૂ જવાનો ભય પણ હોય. તેવી જ રીતના એક પતિ પણ ઘણીવાર પત્નીના ઈમોશનલ ટોર્ચર, શંકા અથવા તો જબરજસ્તી જવાબદારી એટલા માટે લેતો હોય છે. કે એની પાસે પણ પરિવાર, સંતાનોની અનસિક્યોરીટી, સમાજનો ભય હોય છે અથવા તો તે પણ ઘણીવાર પત્ની પર શારીરિક (ઘર સંભાળ) જરૂરિયાત માટે નિર્ભર હોય છે. પણ જ્યારે ટોર્ચર સહન કરતું વ્યક્તિ નિર્ભરમાંથી નિર્ભય થાય છે. ત્યારે તે આ બધી જ દીવાલોને તોડી અને તે વ્યક્તિ સાથે બદલો લે છે અથવા તો પોતાને બદલી નાખે છે. આપણે ઘણા કિસ્સાઓ જોયેલા છે પોલીસ સ્ટેશનમાં કે, ઘણા વરસો બાદ પત્નીએ શિકાયત કરેલી હોય છે કે મારા ઘરમાં મારું ટોર્ચર. ઘરેલું હિંસા જેવા કેસો દાખલ થાય છે. એવી જ રીતના લગભગ શોષણ થતા વ્યક્તિની બાજુમાં

કોઈ સપોર્ટ અને હિંમત મળી જાય તો તે ઈમોશનનલી ટોર્ચરમાંથી બહાર નીકળી શકે છે. લગભગ એક્સ્ટ્રા રિલેશન વધારે આ કારણે થતાં હોય છે પોતાની ભાવનાત્મક લાગણીની આપ-લે એક્સ્ટ્રા રિલેશનમાં થતી હોય છે. હા તેને શારીરિક ને ચારિત્ર્ય તરીકે બદનામી મળે એ વાત જુદી છે પણ લગભગ કિસ્સામાં ભાવનાના તલો પર એક્સ્ટ્રા વ્યક્તિની જરૂર પડતી હોય છે. કારણ કે જો શારીરિક તલની જ વાત હોય તો માર્કેટમાં શરીરો અવેલેબલ છે. કોઈ એક્સ્ટ્રા રિલેશનનું રિસ્ક અને બદનામી લેવા તૈયાર થાય નહીં.

મેં જોયેલું છે કે જે સ્ત્રી પોતાના પતિને શારીરિક સંતોષ નથી આપી શકતી તે પોતાના પ્રેમીને ભરપુર આપી શકે છે. પતિ સામે જે મને ઇચ્છા નથી. હવે ઉંમર થઈ ગઈ, રસ નથી કહેતી પત્ની પ્રેમીને સામેથી ઓફર કરતી હોય છે. તો સ્ત્રીને શારીરિક સુખમાં રસ તો છે જ પણ સંબંધોના તલ, ભાવ બદલી જાય છે. તેવી જ રીતના પુરુષ પણ એની પત્ની કરતા પ્રેમિકાને વધારે પ્રોટેક્શન અને તેના માટે મહેનત ખર્ચા વધારે કરતો હોય છે. સ્વભાવિક છે કે માણસનો જ્યાં પ્રેમ હોય છે ત્યાં તે પોતે વધારે ઘસાતો હોય છે. તે પછી સ્ત્રી હોય કે પુરુષ. જવાબદારીનો થાક લાગે છે, જ્યારે જરૂરીનો થાક લાગતો નથી.

જેટલો યુસ્ત અને સભ્ય સમાજ થશે એટલી જ સ્વતંત્રતાની માંગ વધશે. આ એક્સ્ટ્રા રિલેશનની સભ્ય સમાજને વધારે જરૂર પડે છે. મારા ખ્યાલથી એક્સ્ટ્રા સંબંધ અત્યારની સમજ પ્રમાણે નોર્મલ કન્ડિશન છે. ને એટલા ઈશ્યુ પણ ઊભા નથી થતા જેટલા પહેલાના સમયમાં થતા. પહેલાના સમયમાં લગ્ન પછીના એક્સ્ટ્રા સંબંધ રાખનારને ચારિત્રહીન, વ્યભિચારી, દુષ્ટ માણસ ગણવામાં આવતો પણ હવે તો સરકારે પણ આની મંજૂરીમાં કાયદેસર બતાવી દીધી છે.

સંસાર ચક્રમાં જીવતા લગભગ વ્યક્તિઓને અપોઝિટ પાત્રનું આકર્ષણ હોય છે પણ તેને ગલત દર્શાવવાથી વ્યક્તિ જાહેરમાં સ્વીકારી શકતો નથી. પણ પતિ પત્ની બંને પાત્રને આ છૂટને નીજિ સ્વતંત્રતા હોવી જોઇએ.

8
લિવિંગ રિલેશન

લગ્નેતર સંબંધ રોમેન્ટિક ને સજીવ હોય છે પણ સાથે રિસ્કી પણ હોય છે. જેમ કે જ્યારે કોઈ પુરુષની પત્ની હોવા છતાં કોઈ અન્ય સ્ત્રીને પ્રેમ કરે છે ત્યારે તે સ્ત્રીના બધા જ ખર્ચા અને જવાબદારી ઉપાડી લે છે. પુરુષનો આ જન્મજાત સ્વભાવ છે. જેમ સ્ત્રી ચાર દીવાલને ઘર બનાવે છે તેવી જ રીતે પુરુષ પોતાના બાહુપાશથી સ્ત્રીને સમાજથી સુરક્ષા, કવચ અને હૂંફ આપે છે. એક સ્ત્રીને શારીરિક, ભાવનાત્મક પ્રેમ અને ભરણપોષણ જો એક પુરુષ ના આપી શકે તો તે સ્ત્રી તેના જીવનમાં લાંબું ટકતી નથી. પુરુષ ખાલી આર્થિક સગવડ જ આપે તો સ્ત્રી શારીરિક ને ભાવનાત્મક પ્રેમ માટે બહાર ભટકશે અને પુરુષ ખાલી શારીરિક અને ભાવનાત્મક પ્રેમ આપશે તો સ્ત્રી આર્થિક સગવડ માટે બહાર ભટકશે પણ લગ્નેતર સંબંધમાં સ્ત્રીને આ બંને મળી રહે છે. તેથી તે તેમાં જીવવાનું પસંદ વધારે કરે છે. જ્યારે પત્નીઓને પુરુષનો આર્થિક અને શારીરિક પ્રેમ મળે છે, ભાવનાત્મક પ્રેમ પુરુષ પત્નીને ભાગ્યે જ કરી શકે છે. પુરુષને પણ પત્ની પાસેથી રોમાન્સ ને ઉત્તેજિત સેક્સ મળતું નથી તેથી તેના ઈમોશનલ ને ભાવ માટે તે પ્રેમીકા માટે ઇચ્છિત રહે છે.

હવે વાત આવે છે કે અહીં જે પુરુષ અન્ય સ્ત્રીને પ્રેમ કરે છે તો પુરુષના સ્વભાવ પ્રમાણે તે બીજા પુરુષને તે સ્ત્રી સાથે સહન કરી શકતો નથી.

ત્યાં તેના અહંકારને શોષણ મળતું નથી. એક સ્ત્રી પોતાના પતિના જીવનમાં બીજી સ્ત્રીને સ્વીકારી શકે છે પણ પુરુષ સ્વીકારી શકતો નથી. એટલે જ સ્ત્રીઓના લફરાં પકડાય ત્યારે ડિવોર્સ થાય છે ને પુરુષના કિસ્સાઓમાં સમાધાન.

વધારે કિસ્સાઓ એવા હશે જ્યાં સ્ત્રી એકલી રહેતી હશે કારણ કે, તેનો પ્રેમી નથી ચાહતો કે તે તેનાં પતિ અને પ્રેમી બંને સાથે જીવે. ત્યારે લગભગ લગ્નેતર સંબંધમાં સ્ત્રી ડિવોર્સ લઈ લે છે અથવા તેનો પતિ તેને ડિવોર્સ આપી દે છે. અને પુરુષ બે ઘર સંભાળતો હોય છે. એક પોતાની પ્રેમિકા અને બીજું પોતાની પત્નીનું.

જીવનમાં અનુભવ્યું છે કે, આપણા પ્રેમને ધૃણા બનતા વાર નથી લાગતી. મરવાની વાત કરવા જતા મોઢે જે હાથ આડો કરી દે છે એ જ વ્યક્તિના ટ્રૂમો દઈને મારી નાખવાના કિસ્સાઓ છે. કારણ કંઈ પણ હોય પણ પ્રેમના સંબંધો ગુલાબના ફૂલ જેવા છે, મુરઝાતા વાર નથી લાગતી. જે પુરુષ પ્રેમમાં એની પ્રેમિકાને પત્ની કરતા પહેલી પ્રાયોરિટિ ને સમય આપતો તે જ પુરુષ હવે પ્રેમિકાને પામી લીધાં પછી પ્રેમિકાને ઈગ્નોર કરે છે. જે પુરુષ સમાજ, ઘર, પરિવાર, સંતાનો બધું જ આવેશમાં આવીને એક પ્રેમિકા માટે ભૂલી જાય છે, તે જ પુરુષને હવે ભાન આવે છે કે, હું પરણીત છું, મારે સંતાનો, મા-બાપ ને ઈજ્જત છે.

પ્રેમિકાએ પત્ની કરતા પુરુષનું પડખું વધારે સેવ્યું હોય છે છતા માન-સન્માનની હકદાર પત્ની જ રહે છે. સમાજે પ્રેમીકાને ન્યાય આપ્યો જ નથી એતો કોઈ કૃષ્ણ જ આપી શકે.

હવે જે સ્ત્રીએ પોતાનો પરિવાર પ્રેમી માટે મુક્યા હતા તેને ક્યાં જવાનું? પત્ની તો ઠીક છે, પરિવારો સાથે રહી લેશે, પ્રોપટી સાથે પણ જીવી લેશે પણ પ્રેમિકાને તો નહીં પ્રોપટી કે નહીં પરિવાર. એતો વિચારી પણ નહોતી શકતી કે પ્રેમી ને દિલ દિમાગ સાથે ચાલે છે. સમાજમાં જે પોલીસ સ્ટેશમાં જે પ્રેમમાં લાલચ આપીને બળાત્કાર કરીયો તે આવી જ સ્ત્રીઓના કિસ્સાઓ હોય છે. જે ક્યાંયની નથી રહેતી. આપણે

જે સેક્સવર્કરમાં બિચારી સ્ત્રીને જોઈએ છીએ તે પ્રેમના નામ પર અહીં આવી પહોંચાડેલી સ્ત્રી જ હોય છે.

લિવિંગ રિલેશનને હું સ્વિકારું જ છું. મને લગ્ન કરતા લિવિંગ રિલેશન જ પ્રેમભર્યા ને જીવતા હોય એવું લાગે છે. આપણે ત્યાં એવું સમજાવાય છે કે, લગ્ન પછી બીજા પુરુષ કે સ્ત્રી સાથે આડા સંબંધને નાજાયદ કહેવાય છે. તેવા વ્યક્તિઓને સમાજ ચારિત્ર્યહિન પણ કહે છે પણ પ્રેમ ને લગ્નની વિધિઓ સાથે કોઈ મતલબ નથી. કારણ કે પ્રેમ પરમાત્મા છે ને વિધિઓ માણસે બનાવેલ છે. દેશ, સમાજ, ધર્મ, સંબંધો બધું જ માણસ નિર્મિત છે, કુદરત નિર્મત હોય તો આ આકર્ષણ જ ના થાય. પણ હું આ લગ્નેતર સંબંધની એક વાત ચોક્કસ કહીશ કે જો કોઈ પુરુષ કોઈ પતિ સાથે રહેતી સ્ત્રીને પ્રેમ કરે છે તો તેને પતિથી અલગ ત્યારે જ કરે જ્યારે તે પોતાની પ્રોપટીમાંથી પત્ની જેટલો જ હિસ્સો આપે અથવા એકલા જીવવાની ક્ષમતાને લાઈફલાઈન આપે. જેમ એક પુરુષ કાયદેસર પત્નીને પોતાનો હિસ્સો માને છે તેમ જ પ્રેમિકાને પણ તે અલગ કરી ના શકે.

આજે જે પુરુષો ઘરે ભવાળા આવી જશે તેના ડરથી જીવી નથી શકતા. તેને આ વાત બિલકુલ સમજવા જેવી છે. સ્ત્રીની શારીરિક જરૂરીયાત છે તો ખુલ્લું કહો, ક્યારેય નહીં છોડું. વાયદા-વચનો સ્ત્રીને ના આપો. તે સાચું માની લે છે. એક સ્ત્રી દેવી અને દુર્ગા બંને છે. એક સ્ત્રી મા અને દીકરી બંને છે. તે પ્રેમ ને સર્વનાશ બંને કરી શકે છે. તે કદાચ માફ કરશે તો પણ શાંતિથી તમે નહીં જીવી શકો. સ્ત્રી સમર્પણની મૂર્તિ છે. તે પુરુષને માફ કરી દેશે ને સમાજ સામે લડી પણ લેશે પણ જો સેક્સવર્કરમાં તમારો જ ભેટો થઈ જશે તો બદનામ તમારો પ્રેમ જ થશે. સ્ત્રીને રખેલ, ચરિત્રહિનના સિમ્બોલ મળે તો પણ તે સ્વિકારશે પણ તે પ્રેમીથી અલગ રહેવાની વાત સાથે સહેમત નથી.

લિવિંગમાં રહેતી સ્ત્રીઓને પણ મારે કહેવું છે કે, તમારા જ પ્રેમીને તમારા જીવનમાં આવવા જવાની બંને છૂટ હોય તો જ લિવિંગમાં રહેજો. પ્રેમ કરવો ગુનો નથી પણ પ્રેમના નામ પર જો આર્થિક જરૂરત

જ પૂરી કરવાની હોય તો લાઈફ ઈન્સયોરન્સ કરાવી લેવો. પાછળથી પ્રેમને જેલ ભેગો કરવાનો કોઈ મતલબ નથી. પ્રેમમાં સેક્સવર્કર બની જવું કરતા પતિ સાથે કોમ્પ્રોમાઈઝ સારો ઓપ્શન છે.

જેમ એક મા દીકરાને પત્નીને સોંપીને વૃધ્ધાશ્રમમાં રહેવા જઈ શકે છે એમ જ પ્રેમીકા જ એના પ્રેમીને પત્નીને સોંપી શકે છે, પત્ની નહીં. પ્રેમીનું મન ભરાય જાય તો તેને ખુશીથી આઝાદ કરો. પ્રેમ મરી ગયા પછી તાજમહેલ પણ કબ્રસ્તાન છે. પ્રેમમાં ડર ખતમ ત્યારે જ થશે જ્યારે ત્યાં પ્રેમ સિવાય બીજી કોઈ જરૂરત નથી. પ્રેમના નામ પર એકબીજાનું શોષણ નથી, પ્રેમમાં સ્વતંત્રતા ત્યારે જ મળશે જ્યારે ત્યાં મન નહીં હ્રદય છે.

9

વહેવારીક સંબંધ

બે પ્રેમી વચ્ચે પહેલાં પ્રેમ થાય કે, પહેલાં શરીર સંબંધ બંધાય પછી પ્રેમ થાય ? શું સેક્સ વગર કોઈ આજીવન મિત્ર એવો જ પ્રેમ કરી શકે જેવો ફિઝીકલ પ્રેમમાં આજકાલ કરે છે ? આજનો પ્રેમ એટલે ખર્ચાપાણી ને કેરીંગવાળો. આ વાતમાં પતિ પત્નીનો પણ સમાવેશ કરવો. કેટલી પ્રેમિકા ને પત્ની એવી છે, જે ફિઝીકલી સંબંધના રાખે તો પતિ અથવા પ્રેમી તે સ્ત્રીના સપનાને, ઈચ્છાઓ પુરા કરે, ખર્ચા ઊઠાવે? આ અત્યારે ચાલતા પ્રેમની વાતો છે, જે વહેવાર સિવાય કંઈ જ નથી. તું કંઈ આપ તો હું આ આપું. અરે તું પ્રેમ આપ તો જ પ્રેમ થાય બાકી હું દૂરથી તારી યાદમાં પ્રેમ કરીશ, તારી જરૂરીયાત હવે મારાથી પૂરી ના થાય. એના માટે વળતર જોઈઍ. એવો એક પતિ કે પ્રેમી બતાવો જે આખી જિંદગી એક સ્ત્રીને સેક્સ વગર આર્થિક - માનસિક ને ભાવનાત્મક જરૂરીયાત પૂરી કરે ? એવી એક સ્ત્રી જે પુરુષને આજીવન ખર્ચાપાણીને જવાબદારી લીધાં વગરના પુરુષને મફતમા સેક્સ આપે ? કોઈ અમિર સ્ત્રી સાયકલવાળાને પ્રેમ કરી શકે ખરી ? પ્રેમના નામે એકાબીજાની જરૂરીયાત પૂરી થાય છે. બીજુ કંઈ નથી. એક પાત્ર વહેવાર બંધ કરે એટલે બીજું ગોત્યું ના જડે. દીવો લઈને ગોતવા જઈઍ તોય ના મળે એવા અજવાળામાં પણ દેખાતા બંધ થઈ જાય. આ બધું જ પ્રેમના નામે કંઈક બીજું જ ચાલે છે. જે હું મારી આંખે જોઈ રહી છું ને અનુભવી રહી છું.

10
ક્રિડમ....

40 વરસ પાર સ્ત્રીને હવે શરીરને પ્રેમની ભૂખ હોતી નથી. તે દરેક પુરુષના સ્પર્શને મહેસુસ કરી શકે છે કે, આ સ્પર્શ થકી પુરુષ શું એક્સ્પેસ્ટન રાખે છે. આઈ લવ યુ અને હું બીજા જેવો નથી, તને છોડીને ક્યારેય નહીં જાવ, તારા સિવાય બીજી સ્ત્રીનો સ્પર્શ પણ હવે જિંદગીમાં નહીં આવે. તું હોય કે ના હોય વગેરે વગેરે જેવા શબ્દો અસર કરતા નથી. કારણ કે તે આવા શબ્દોને મજાકથી વધારે લેતી નથી. તેને આવા અનુભવો પહેલીવારના હોતા નથી. વાયદા વચનો તેના માટે હવે મોબાઈલ રિચાર્જના મંથલી પેકેજ બરાબર હોય છે. મહિનો પૂરો થતા જ વેલિડિટી ખતમ. તેના માટે મોંઘી ગિફ્ટો કે ખર્ચા કરશો તે પણ તેને ખબર જ હોય છે કે ગોલ્ડ લોન જેવી સ્કિમ છે. અમુક પુરુષો એવું સમજે છે કે 40 પાર સ્ત્રીને સેક્સની તૃપ્તિ થઈ નથી. તો મિત્રો એક સંતાન જન્મતાની સાથે જ સ્ત્રી શરીરથી તૃપ્ત થઈ જાય છે અને વાત રહી મનની તૃપ્તિની તો એ તો સ્ત્રીનું મન હોય કે પુરુષનું ક્યારેય તૃપ્ત થવાનું જ નથી. કારણ કે મનના વાસણમાં કાણું છે જે ક્યારેય ભરાતું નથી.

40 પાર સ્ત્રી પતિના ઘરમાં એટલે જ ટકી રહી છે કે, સંતાનો ને આર્થિક ડિપેન્ડ ને મા-બાપની ઈજ્જત જે તેને સાસરે દહેજમાં આવેલી છે. લગભગ સ્ત્રીઓ જાણે છે કે પતિનું દિલ ગિરવે મુકેલ છે. જવાબદારી

અને સમાજ વ્યવસ્થાઓના કારણે બેડરૂમમા બે વ્યક્તિ 365 દિવસમાંથી 65 દિવસ 6×7નાં પલંગમા સાથે છીએ તેવું ફિલ કરતા હશે એ પણ લગભગ.

સોસાયટીમાં દેખાય તે રિયલ કપલ નથ; વાસ્તવિકતા સંતાનો જાણે છે કે, મમ્મી પપ્પાના ઝગડાઓનો અંત નથી. સ્ત્રીઓનું બચત કરવાનો સ્વભાવને કચકચ કરવાનું કારણ વીર્ય સ્ટોરેજ નથી પણ તેના સપનાઓને કલ્પનોઓની એક્સપાયરી ડેટ છે.

40 પાર સ્ત્રી એક પતિ કે પ્રેમી નહીં પણ એક પુરુષ મિત્ર ચાહે છે. જે તેને લોન્ગડ્રાઈવ પર ચાની ચુસ્કી અને વરસાદી માહોલમાં હિલસ્ટેશન ફરવા લઈ જાય. જે તેને પિરયડ્સ વખતે સાર-સંભાળ રાખે. કમર પર હાથ, માથામાં સેંથો પૂરનારા કરતા તેને કપાળ પર ચુંબક પ્રિય છે. રસોઈમાં શાકભાજી લઈ આપવાથી લઈને સલાડ કાપી દેવું. રાત્રે બાર વાગ્યે નાઈટ આઈસ્ક્રિમ ખાવામાં સાથ આપવો. સવારની ચા સાથે ગમતો સંવાદ, ટાઈમપાસ કરવો. નાની નાની વાત સાંભળવી વગેરે... સ્ત્રીને સમજે તો કદાચ માની શકે કે હ લાગણી છે. સ્ત્રીને હળવા સ્પર્શની જ જરૂર છે, તેને સેક્સની પુરુષ જેટલી ડિમાંડ રહેતી નથી.

40 પાર સ્ત્રી પુરુષ મિત્ર સાથે બધા જ રિત-રિવાજોથી જવાબદીરીઓથી પરે એક એવી જગ્યા ચાહે છે જ્યાં કોઈ નિયમ કે બંધન નથી ફક્ત શરીરની જ જરૂરત છે. જ્યાં બે શરીર પણ એક આત્મા વસવાટ કરે છે.

અહીં સંબંધોના નામે બંધનોમાં ફસાય જતો લગભગ માણસ સ્ત્રી હોય કે પુરુષ ચાલીસ પછી સમાજ, પરિવાર અને જવાબદારીથી છુટ્ટી ચાહે છે. બસ ચાહે છે તો એક આવારા પાગલ મિત્ર....

11

વરદાન

આ દુનિયામાં શ્રેય અને વળતરની અપેક્ષા જ દુ:ખનું કારણ છે અથવા બને છે. બીજાને આપવું એમાં જ જો આનંદ હોય તો બીજો ખુશ થાય તો હું ખુશ ઓટોમેટિક થઈ જવાની. બીજાને આપીને જો વળતરની અપેક્ષા રાખી તો વળતર ના મળ્યું કે ઓછું મળ્યું તો મન દુ:ખી થાય છે. આપણી લગભગ પાસે એક ફરિયાદ હોય છે કે મેં આપ્યું તેટલું સામે મળ્યું નહીં. બધું હું જ કરું છું. એકતરફા કેટલું ચલાવવું? જો કે કુદરતનો નિયમ છે, આપે તેનું બમણું મળે પણ અહીં આપણા જીવનમાં આ નિયમ ઊલટો પડે છે.

કદાચ વળતર મળે તો પણ મળ્યાનો આનંદ ક્ષણિક હોય છે કારણ કે, આપણી પાસે આપ્યાનો જ હિસાબ છે. મળે છે તે યાદ પણ રહેતું નથી. કરેલું ફોગટ જતું નથી પણ આપણા નિયમ ઊલટાં એટલે પડે છે કારણ આપણે કુદરતી રહ્યા નથી. કુદરત આપણને ગણતરી બહારનું આપે છે તો પણ વળતરની અપેક્ષા વગર આપણે એક વૃક્ષ વાવીએ કે ના વાવીએ આપણને ઓક્સિજન મળી રહે છે. દવાખાને ઓક્સિજન મફત મળતો નથી. માણસ પાણી, અગ્નિ, પૃથ્વિ, ઓક્સિજન... તે દરેક વસ્તુ જે આપણને કુદરતે મફત આપ્યું છે તેનો સોદો કરવા લાગ્યો. તેની કિંમત કરવા લાગ્યો. કારણ માણસની વૃત્તિ મશીન જેવી થઈ ગઈ. જ્યારે અપેક્ષા વગર જો આપવામાં જ આનંદ આવે તો વળતર

પર ધ્યાન પણ જતું નથી, પણ આપણે એવું કંઈ કોઈને આપતાં નથી. આપણે હંમેશાં નફા નુકશાનના વેપારી બની ગયા છીએ. અહીં દરેકની ઇચ્છા વેપારી થવાની છે.

વસ્તુ, પ્રેમ, સમય, સાથ કે વિચાર જે પણ કોઈ આપણી પાસેથી લે છે તો આપણે તેના કૃતજ્ઞી છીએ કે કોઈને આપણે થોડાક પણ કામમાં તો આવીએ છીએ. પણ અહીં માણસ પ્રેમનો પણ સોદો કરે છે. તું આપે તો હું આપું. તું જેટલી માત્રામાં આપે તેટલી માત્રામાં જ હું આપું. ભલા આ તે કંઈ લેણ-દેણ છે, વહેવાર છે ?

12

અંતરયાત્રા

કોઈપણ વ્યક્તિ જ્યારે જુવાનીમાં ઘર પરિવાર છોડીને યાત્રાઓ અને ભગવાનના રસ્તે અથવા તો સત્સંગ તરફ વળે છે ત્યારે ઘર પરિવારના જ સભ્યો અથવા તો સમાજ એવી સલાહ આપે છે કે, પતિ, પત્ની અને પરિવારની સેવા કરો. એ જ ભગવાનનું કામ છે, એમાં જ તમારું કલ્યાણ થઈ જશે. બીજે ક્યાંય દોડવાની કે જવાની જરૂર નથી. અને ઘડપણમાં એ જ લોકો કહેશે. માળા ફેરવો, મંદિરે જાવ, જાત્રા કરો. કારણ કે માણસનો પોતાનો સ્વાર્થ પૂરો થઈ ગયો.

હવે તમારું કંઈ કામ છે નહીં એટલે તમે નિવૃત થઈ ગયા છો. એક જ યુગમાં માણસ પોતાની જ વાતમાંથી નિવૃતિ લઈ લે છે, પોતાની વાતો સાબિત કરી શકતો નથી. પોતાના સ્વાર્થ માટે જે પરિવારની સેવા કરો મોક્ષ મળી જશે કહેનારાઓ એનું પ્રૂફ હજી સુધી કરી શક્યા નથી. ગાડરિયો પ્રવાહ છે, ક્યાં જાય છે તેની ખબર જ નથી. હા ઘર પરિવાર છોડીને પોતાના કલ્યાણ માટે જે નિકળી પડ્યા છે, તે મોક્ષને જરૂર પામ્યાં છે. આવી વાતોનો ઈતિહાસ પણ ગવાહ છે.

અને જો પરિવાર અને પતિ પત્નીની સેવા કરવાથી જ મુક્તિ મળી જતી હોય તો આ ઘડપણમાં જાત્રા કરવી જોઈએ તે શાસ્ત્રોમાં લખવાની જરૂર જ ક્યાં હતી ? પણ ખરેખર આપણે ત્યાં ઘડપણમાં જાત્રા અને

મંદિરે જવું, કથા સાંભળવાનો રિવાજ છે, તો લાગે છે કે પરિવારની સેવા કરવાથી કંઈ મળતું નહીં હોય તો જ પાછળથી આ રિવાજ કરેલો હશે ને ?

મને લાગે છે કે આ અમુક ઉંમર પછી સંસાર ત્યાગ કરી નિજકલ્યાણ માટે જવાની વ્યવસ્થા બનાવનાર ખોટો છે. યા તો પરિવારના લોકો, જે પોતાના નીજી સ્વાર્થ અને કામ માટે બીજાને સેવાના નામથી બાંધી રાખે છે.

13

કોઈ કોઈનું નથી

એક વ્યક્તિ થોડોક સમય પોતાના પરિવાર, મિત્રસર્કલ અને સમાજમાંથી ગાયબ થઈ ગયો. એ જોવા માટે કે તેના વગર કેટલા લોકો પરેશાન થાય છે ? કેટલા લોકોનું જીવન અટકી જાય છે ? કેટલા લોકો દુ:ખી થાય છે ને કેટલા લોકો મરી જાય છે ?

થોડાક દિવસો બાદ તે પરિવારમાં પાછો આવ્યો. પત્નીએ બીજા લગ્ન કરી લીધાં હતાં. સંતાનો મોટા થઈને સેટ થઈ ગયા હતાં. મિત્રોએ નવા મિત્રો બનાવી લીધા હતાં. મા-બાપે મિલકત સંતાનોના નામે કરી દીધી હતી. હવે તે વ્યક્તિ પાસે મારું કહેવાય એવું કશું રહ્યું નહોતું. બધા જ તેના વગર જીવતા શીખી ગયા હતા. આપણા જીવનમાં ડોકિયું કરીએ તો સમજાશે કે વરસો પહેલાં આપણને મૂકીને ગયેલા લોકો પાછા આવે તો તેનું સ્થાન શું હજી આપણી પાસે છે ?

તો તે વ્યક્તિ દુ:ખી થઈ ગયો અને વિચારવા લાગ્યો કે, બધા મતલબી અને દગાબાજ નિકળ્યા. મારા જવાથી કોઈ ને કંઈ ફરક પડ્યો નહીં. તે નવા સંબંધો બનાવવા પ્રયત્ન કરવા લાગ્યો.

હું માનું છું કે માણસ સંબંધોની હૂંફ વગર જીવી શકતો નથી. પશુઓના બચ્ચાને ચાલતા ના આવડે ત્યાં સુધી જ પરિવારની જરૂર છે, પણ

માણસના બચ્ચાને નાનપણથી કોઈએ એકલા રહેવા દીધા નથી. કોઈને કોઈ સંબંધના હૂંફમાં મોટા થતાં માણસ હૂંફનો આદિ બની જાય છે. પણ સંબંધો જ જીવન છે, તે માનવું ગલત છે. સંબંધો આર્થિક, શારીરિક, માનસિક ને ભાવનાત્મક જરૂરીયાત પૂરતા હોય છે. સંબંધો વગર જીવન નકામું નથી. સંબંધોમાંથી મુક્તિ એજ તો જીવનનું લક્ષ્ય છે. તો સંબંધો જીવનનો પાયો કેવી રીતના હોય શકે ?

આ જગ્યાએ જો આત્મજ્ઞાન થાય અને સત્ય દેખાય કે સ્મશાનથી આગળ કોઈ સંબંધ નથી. જન્મ પહેલાં અને મૃત્યુ પછી આ સંબંધો નહોતાં તો આ વચ્ચેના ગાળામાં સંબંધો વગર જે જીવતા શીખી જાય તે જીવતા મોક્ષને પામી ગયા સમજાય. જીવનના લગભગ ઉપદ્રવ સંબંધો છે છતા કોઈ કોઈનું નથી રે સમજાતા ભવોભવ જતા રહ્યા.

14

આપણા સપનાં

આપણા બાળકોની ઉંમર નાની હોય ત્યારે આપણે તેને ક્વોલિટી ફુડ, બેસ્ટ સ્કુલ ને બ્રાન્ડેડ કપડાં વગેરે આપણી હેસિયતથી વધારે સારું આપતા હોઈએ છીએ. આપણે આપણા જીવનમાં જે નથી જોયું તે સ્વભાવિક છે, કે આપણા સંતાનોને મળે તેવી ઇચ્છાઓ રાખીએ છીએ. જે સપનાઓને ઇચ્છાઓ આપણા પૂરાં નથી થયા તે ક્યાંક ને ક્યાંક આપણે ચાહીએ છીએ કે આપણા સંતાનો પૂરાં કરે. તે આપણી જ અપેક્ષાઓ હોય છે. જે આપણે સંતાનોને તે તરફ ધક્કો મારીએ છીએ.

ઉદાહરણ : મિલેટ્રીમાં જવાનું સપનું જે પિતાનું પુરું નથી થયું તે પિતા ચાહે છે કે, તેનુ સંતાન પૂરું કરે અને જે પિતા મિલેટ્રીમાં છે તે ચાહે છે કે તેનું સંતાન મિલેટ્રીથી ઊંચી પોસ્ટ પર જાય.

બાળકોને પેટે પાટાં બાંધીને ભણાવ્યા ને મોટા કર્યા કારણ કે, આપણે જે નથી ભોગવી શક્યા તે સંતાનો ભોગવે. પણ જેવું બાળક મોટું થાય છે. તેવું જ આપણે બતાવેલ રસ્તો બદલી નાખે છે. કારણ કે તેના પોતાના પણ અલગ સપનાઓ, ઇચ્છાઓને યાત્રા છે. અહીં દરેકના જીવનની પોતાની જરૂર છે. મા બાપનું દુ:ખી થવું, સમજણનો અભાવને સંતાનો પ્રત્યે ઘૃણા કરવી વાજબી નથી. હું ઘણા કિસ્સાઓ જોઈ રહી છું, જેમાં બાળપણમાં બાળકને પા પા પગલી પાડતું, તોતડું બોલતું બાળક

વહાલું લાગે છે ને એ જ બાળક જેવું મોટું થાય ને પોતાના રસ્તાઓ બદલે છે, અથવા મા બાપની વિરુધ્ધ થાય ત્યારે મા બાપથી સહન નથી થતું. જે સંતાન માનતાઓ માંગીને મેળવ્યું હોય તે જ સંતાનો પ્રત્યે મા બાપ આવેશમાં બોલી પણ દેતા હોય છે, કે પથ્થર પાક્યો હોત તો સારું હતું.

સંતાનો પ્રત્યે જે દુ:ખી છે, તે મા બાપને સમજવું જોઈએ કે આપણે પોતાને બાળકમાં જોવા ના જોઈએ. તેમની પોતાની લાઈફ અને ભવિષ્ય છે. આપણે જે એમના માટે ચાહીએ છીએ, તે એમના નથી આપણા પોતાના છે. give them, there freedom. there space...

ફ્રિડમ આપવાથી બાળકો બગડે છે, એવું મેં સાંભળ્યું છે પણ જે આપણી સામે નથી કરી શકતા તે છુપાઈને કરવાના જ છે. મારા ખ્યાલથી વધારે કરશે કારણ કે, છુપકે છુપકેમાં વધારે રસ આવે છે. હાલ જે ફાર્મહાઉસ, પાટીઓ, ટુરમાં 40ની ઉંમર પાર કરી ગયેલ વ્યક્તિઓ જે નાનપણમાં જેઓને પરિવારને સમજણનું બંધન હતું તે નથી કરી શક્યાં હવે તે જ કરે છે ને ?

15
પવિત્ર સંબંધ

એવા કેટલા સંબંધો તમારી પાસે છે જેમાં તમારે સેક્સયુઅલ સંબંધ નથી પણ પ્રેમ-લાગણી છે, જેને તમે ભેટી શકો છો ? તે ઘરના સભ્યો, સોસાયટી કે મિત્રો કોઈ પણ હોય. નાના બાળકને છોડીને જુવાન કેટલા લોકો એકાબીજાને સેક્સ સંબંધ વગર ભેટી શકો છો ? આપણે ત્યાં એક જ સ્પર્શની ભાષા શિખવવામા આવી છે અને તે સ્પર્શને આપણે સેક્સ અથવા પ્રેમનું નામ આપી રહ્યાં છીએ. ખરેખર પ્રેમ સ્પર્શમાં અપોઝીટ પાત્ર કે સેક્સયુલી રિલેશનની જરૂર પણ નથી.

આપણા સમાજમાં બે સ્ત્રી કે બે પુરુષ વધારે નજીક રહેતા હોય તો પણ શંકાઓની દષ્ટિથી જોવાય છે. ભીડની જોવાની દ્રષ્ટિ ક્યારેય સત્ય હોતી નથી.

ગણતરી જરૂર કરી લેજો જો એક, બે, ત્રણથી વધારે નથી તો તમારી અંદર વાસનાનો ભાગ વધારે છે. જે અજાણ્યો પુરુષ હોય કે સ્ત્રી એકાબીજાને ભેટી નથી શકતા, નજર મિલાવી નથી શકતા. તો તમે સંસ્કારી, સભ્ય સમાજનો નહીં પણ વિકૃત સમાજનો હિસ્સો છો.

મારી ઉંમરની કેટલીય એવી સ્ત્રીઓ છે જે મા-બાપને ભાઈને ભેટવા માંગતી હશે, પોતાનું હૃદય હળવું કરવા માંગતી હશે પણ નહીં તે

ઈજ્જતના હિસ્સામાં ગયું. કેટલાય પુરુષો હશે જે બાપના ખંભે ટેકો ને માનાં ખોળામાં માથું નાખી સુકુનનાં બે પળ જીવવા માંગતાં હશે પણ નહીં તે શરમમાં ગયું. જવાબદારી ને ઈજ્જતના નામે જાણે અજાણ્યે લોકો એકલા પડી ગયા.

આ શરમ અને ઈજ્જત નથી; આ સંતોનો પરિવારોને માણસ માણસ વચ્ચે બાંધેલ દીવાલ છે. હમણાં ન્યુયરમાં આખું વર્ષ ઝઘડો કરતા હોય પણ ફોર્માલિટી માટે વડિલો પગ પકડાવશે આને રિવાજ કહે છે. પ્રેમભાવની જરૂર નથી બસ વડિલો છીએ તો પગમાં જ સ્થાન હોય પગ પકડવા કરતા ભેટવાનો રિવાજ કરવાની જરૂર હતી તો કદાચ વૃધ્ધાશ્રમની જરૂર ના પડી હોત ?

16
બંધનમાં સ્ત્રી

હું નાનપણથી સાંભળતી આવી છું કે, સ્ત્રી એકલી રહી શકે નહીં અથવા તો મા બાપના ઘરમાં પણ કુંવારી રહી શકે નહીં. ડિવોર્સ બાદ પણ સ્ત્રી સમાજના દાયરામાં ખટકતી રહે છે. કોઈ એકલી સ્ત્રી પર ભરોસો કરી શકતું નથી. લોકોના મહેણાટોણા અને પુરુષોની ગંદી નજર અમુક સ્ત્રીઓને પરાણે પરણવા મજબૂર કરે છે. એટલે જ અમુક સ્ત્રીઓ પણ ધક્કા ગાડીએ ચલાવેલ સંસારના એવોર્ડ લેતી નજરે પડે છે. મનમાં તો એ પણ પોતાને કોસે છે.

મજબૂર સ્ત્રી શું પતિને સુખી કરી શકે ખરી ? જે પતિ પરમેશ્વરના નામે તેને પરણીને લઈ ગયો તે રોજ રાત્રે પત્નીની મરજી વગર ચામડાને ચૂંથે છે. કોઈ એકની મરજી વગર જે ઈન્ટરકોર્ષ થાય છે તે શું બળાત્કાર ના કહી શકાય ? આપણા સમાજની સ્ત્રીઓને મરજી ના મરજી એ પણ ખબર નથી. બસ કમર ને માથાના દુખાવાના બહાના છે. શું આ બહાના તમને સાચા લાગે છે ? એવો ક્યારેય અનુભવ કરીયો કે કાલે જેને કમર દુખતી હતી તે આજે ગરબા ખેલે છે. એ પણ કેટલી ઊર્જા સાથે. શું સ્ત્રી ડિલેવરી બાદ લુઝ છે ? ના, સ્ત્રી લુઝ ક્યારેય નથી થતી પણ તેના હૃદય પર પથ્થર રાખીને તેના બંને ઘરની ઈજ્જત સાચવીને બેઠી છે. તેના સપનાઓના રાજકુંવરને તે એ નજરે જોઈ ગઈ છે, જે એ છે.

એક વેશ્યા જો દિવસમાં દસ કસ્ટમરને રાજી કરી શકતી હોય તો પણ સ્વાસ્થ્ય લેવલ પર જોઈએ તો એક ગૃહિણી કરતા સારી અને મેન્ટન હોય છે. અહીં સેક્સ વર્કરનું કાર્ય હું સારું સાબિત કરવા નથી માંગતી પણ દા.ત. મુદ્દો પકડ્યો છે. શું એ વાત સાબિત નથી કરતી કે ગૃહિણી ભાવનાત્મક ટોર્ચર વધારે સહન કરે છે. પ્રેમના નામ પર શોષણ ને દંભ કેટલા રચવા પડે છે ! હું તને પ્રેમ કરું છું માટે કેટકેટલી કવિતાઓ ઊભી કરવી પડે છે ! શું પ્રેમ શબ્દકોષથી મંપાય ખરો ?

એક બાપને દીકરી બોજ બની જાય છે, એક ભાઈને બહેન હકદાર બની જાય છે, એક પતિને પત્ની કંકાસી બની જાય છે ને છેલ્લે એક પ્રેમીને પ્રેમિકા ડર બની જાય છે. ક્યારે ઘર આંગણે ઊભી રહે એની કોઈ ગેરંટી નહીં, ઘર ઘાટ બેઉ બગડે.

ક્યારેક સ્ત્રી મંગલસૂત્રમાં ક્યારેક વળી કન્યાદાનમાં તો ક્યારેક ભાઈ સાટુંવાળવામાં સ્ત્રી ફક્ત પુરુષ માટે એક પથ્થરની દેવી રૂપમાં જ પૂજ્ય છે. બાકી તો સમાજની સ્ત્રીઓ વસ્તુ માફક ઉપયોગ થાય છે. ક્યારેક સ્કૂટીની એડમાં તો ક્યારેક બીજનેસમેનની ઓફિસો, ઘરેણાંમાં, કન્ડોમના પેકેટમાં પણ વગેરે બધે જ વસ્તુ સાથે સ્ત્રીની એડવેટાઈઝ.

રાધાને ત્યજનાર આજે રાધા જેવો પ્રેમ ગોતે છે. મીરાંને ઘરમાંથી કાઢી મૂકનાર આજે મીરાં જેવી દાસી ગોતે છે. સીતાને સરેઆમ ઈજ્જત ઉછાળનાર સીતા જેવી પત્ની ગોતે છે. સ્ત્રીને આ બેવડો સમાજ ક્યારેય ન્યાય નહીં આપી શકે. સ્ત્રીએ જાતે જ બીડું ઉપાડવું પડશે. હવનના બીડા બહુ હોમ્યાં હવે પોતાના માટે પોતાની અગ્નિ પ્રગટાવો પ્રકાશ ફેલાવવા. સ્ત્રી જ્યારે પૂરી સ્વતંત્ર થશે, ત્યારે પ્રેમમય સમાજ ઊભો કરી શકશે. સ્ત્રી તો ઝાંસીની રાણી છે. તમારે જોવી હોય તો મૃત્યુ પામેલ પતિના સંતાનો પર એકલી ઘરમાં બેઠેલી છે. ડિવોર્સ લીધેલા સંતાનોને સાચવીને સમાજ સામે અડીખમ ઊભી રહી છે. બળાત્કારો ને એસિડના છંટકાર પછી પણ સમાજમાં ધૂમ મચાવી રહી છે.

17

હૂંફ

આપણા જ લોકોમાં જો કોઈ કાનનું કાચું છે, મતલબ જાણ્યાં સમજ્યાં વગર બીજાનું બધું માની લે તે હંમેશાં આપણા માટે ઉપદ્રવ પૈદા કરે છે. બીજાની વાતોમાં આવીને આપણી વિરુધ્ધ થઈ જાય છે. બીજા લોકો તો વચ્ચેથી મજા લઈને નિકળી જવાના પણ આપણા ઝઘડાઓ ખતમ થતા નથી.

એક માણસ પોતાની તકલીફ ઘરમાં કહી શકતો નથી અને સાચું કહું તો બહુ નજીક રહેવાવાળાને ઢોંગ અને નાટક લાગતા હોય. જ્યારે આપણે ખરેખર અમુક તકલીફોથી પીડાતા હોય છીએ ને આ પીડા આપણને અજાણ્યા સુધી લઈ જાય છે. ત્યારે આપણે આપણા મનની વાતો, થોડીક લાગણીની ભીનાશ મળે ત્યાં શેર કરી દેતા હોય છીએ. ઘણીવાર તો એવા અજાણ્યાને પણ કહી દેતા હોય જે આપણને પહેલી વાર મળતા હોય છે. અજાણ્યાને વાત કરવામાં એક જાતની સેફ્ટી અનુભવતા હોય છીએ. તે આપણું કંઈ બગાડી શકે એમ ના હોય અથવા તો ત્યાંથી કોઈ અપેક્ષા પણ ના હોય એટલે સારા સાબિત થવાનો પણ પ્રશ્ન હોતો નથી. જેવા છીએ તેવા પ્લે કરી દેતા હોય છીએ. આપણી ભૂલો પણ આપણે અજાણ્યા લોકો પાસે આસાનીથી સ્વિકારી શકીએ છીએ. એ જ ભૂલો આપણે આપણા લોકો પાસે સ્વિકારતા નથી કારણ, ત્યાં સાચા સાબિત થવાની મથામણ ચાલતી હોય છે.

અજાણી વ્યક્તિ આપણને ઘણીવાર શબ્દોની સમજ આપી શકે બાકી તે બીજી કોઈ હેલ્પ કરી શકે નહીં. અથવા તે અજાણી વ્યક્તિ મિત્રની જગ્યા લઈ શકે, પણ જ્યારે તે મિત્ર ઘરનો બની જાય ત્યારે ત્યાંથી પણ પ્રોબ્લેમ શરૂ થાય કેમ કે, આપણે શરૂઆતમાં આપણા બધા જ નામ ઠેકાણાં આપી દીધાં છે. બસ આમ જ માણસ આવી પ્રોબલેમમાં ઊંડો ફસાતો જાય છે. એક લાગણીની હૂંફ માણસને ને રખડાવે ને થકાવે રાખે છે. જીવનનો અમૂલ્ય ટાઈમ બગાડી નાખે છે. મારું કો'ક સાંભળેથી લઈને હું કોઈની તકલીફ સાંભળુંની આ સફર અંતે મૌન અથવા મેન્ટલ તરફ લઈ જાય છે. બીજા વ્યક્તિથી આપણા દુ:ખ અને પરેશાની ક્યારેય મટવાની નથી ને બીજો વ્યક્તિ આપણને ક્યારેય ખુશ કરી શકવાનો નથી. બસ પ્રકૃતિ અને પ્રાર્થના કરો એ જ સાંભળશે.

18
બધે હાજરી છે

એક ગુરુએ તેના ત્રણ શિષ્યોને કબૂતર આપી અને કહ્યું "આ કબૂતરને એવી જગ્યાએ લઈને જાઓ જ્યાં કોઈ ના હોય, અને તેને ત્યાં કોઈ ના જોઈતું હોય. ત્યાં મૂકીને આવજો."

પહેલો અને બીજો શિષ્ય કબૂતર પોતાની સમજ પ્રમાણે મૂકીને આવ્યા. ત્રીજો શિષ્ય કબૂતર પાછું લાવે છે. ગુરુ પુછે છે "કેમ તને કોઈ એવી જગ્યા જ ના મળી કે જ્યાં કોઈ ના હોય ?"

ત્રીજો શિષ્ય કહે છે, "હું જંગલમાં ગયો તો ત્યાં આકાશ, ધરતી ને વૃક્ષો હતાં. હું સૂકા રણમા ગયો તો ત્યાં ધરતી, સૂર્ય હતાં વગેરે ઘણી એવી જગ્યાએ ગયો જ્યાં હવા તો હતી જ. છેલ્લે અંધારામાં ગયો જ્યાં ગમે તે હોય પણ મને ના દેખાય પણ ત્યાં હું તો હતો જ. છેલ્લે મેં આંખ બંધ કરીને ટ્રાય કરી પણ ત્યાં તો ભગવાન જોતાં હતા. ગુરુજી મને માફ કરો, મને કોઈ એવી વિરાન જગ્યા ના મળી જ્યાં કોઈ ના હોય."

લોકો કહેતા હોય છે એકલા કેમ જીવવું ? હું એકલી છું એ હું કેમ માની લઉં ? મારી સાથે શ્વાસ તો એ લઈ રહ્યો છે.

19

દેખાડી દેવાનો દંભ

જ્યારે બે મિત્ર કે બે પ્રેમી સંબંધના શરૂઆતનાં આકાશમાં ઊડતા પંખીઓની જેમ હવામાં હોય, જેમ એકાબીજાને ગમે તેમ રહે છે, કામ પણ એવું કોઈ ના કરે જે એકાબીજાને દુ:ખ લાગે. અરે વ્યસનો પણ મૂકી દેતા હોય છે કારણ કે, પ્રેમમાં જ આ તાકત છે. પણ.... જેવી ઊબ પેદા થાય એટલે નાના મોટા ઝઘડા ચાલુ થાય છે. જેના કારણો પહેલા પ્રેમ અને કેરિંગ લાગતો હતો તે હવે શંકાનું સ્થાન લે છે. જેમ કે, કોનો કોલ છે, ક્યાં છે, કોની સાથે છે ? લોકેશન, ફોટા મોકલ. કેમ વહેલા જાગ્યાથી લઈને કેમ ઓનલાઈન હતા ? ઓનલાઈન હતી કે હતાં તો મારો મેસેજ ના જોયો ? વગેરેથી લઈને પ્રેમ એક વગર દસ્તાવેજ વગરની જેલ જેવો લાગવા લાગે. અને છેલ્લે બંને એ જ કરી બતાવે જે એકાબીજાને નહોતું ગમતું, સાથે રહીને પસંદ નાપસંદ તો જાણી જ લીધી હોય છે. તમે નોટીસ કર્યું કે, માણસ બતાવી દેવાનાં ચક્કરમાં વધારે બગડે છે. જે વ્યસન પ્રેમમાં મુકાય ગયું હતું તે વધી જાય છે. જે સ્વભાવ બાળક જેવો થઈ ગયો તો તે કઠોર બની જાય છે. પ્રેમમાં તડછોડાયેલ ક્યાં જઈને અટકે એનું નક્કી નહીં. અમુક કિસ્સાઓ સમાજને પણ ભોગ બનાવી શકે છે ને અમુક પ્રેરણા પણ બની શકે છે. બીજાને દેખાડી દેવામાં કંઈ પણ કરીએ છીએ, તે આગમાં ક્યાંકને ક્યાંક આપણે જ બળીએ છીએ.

20
આદત

લગભગ સ્ત્રીઓ પુરુષોની પાન-માવા, સિગારેટ કે દારુની આદતથી કંટાળી ગઈ છે. બેડરૂમમાં શારીરિક મિલન વખતે અથવા કોઈની ઘરે મહેમાન થઈને ગયા હોય તો પણ લગભગ આ મુદ્દો તો ખુલે જ. સ્ત્રીઓની પણ ઘણી આદતો હોય છે, જે પુરુષોને નથી ગમતી. આદતોને કારણે ઝગડાઓનું ઘર પણ બની જતું હોય છે. પૈસાનો બિનજરૂરી બગાડ થાય એ પણ ખરું.

એકાબીજાની આ આદતો છોડાવવા માટે વરસોથી થતા પ્રયત્નો નાકામિયાબ રહે છે કારણ, તમે જોયું ? નવા નવા લગ્ન થયા હોય ત્યારે અથવા કોઈની સાથે આંખ મળી હોય ત્યારે આપણી આ આદતો સામેવાળા પાત્રને ના ગમવાને કારણે આપણે છોડી દેતા હોય છીએ. સામેવાળાને પણ વિશ્વાસ આવી જાય કે હાશ સુધરી ગયા. પણ આપણે સુધરતા નથી પણ નવી આદત પકડીએ છીએ અથવા તો ઉપરછલી આદત મુકેલ છે. તમે જોજો કે જેવા લગ્નમાં ઝધડા કે પ્રેમમાં બ્રેકઅપ થાય એટલે પાછાં હતાં ત્યાં ને ત્યાં. આદત મુકાય જ ગઈ હોય તો પાછી કેમ આવે ? ઘણાં તો પોતાના શરીરને બરબાદ કરવા પણ નશો કરતા હોય છે. જીવનની દાઝ શરીર પર ઉતારતા હોય છે પછી જ્યારે શરીર પીડા આપે ત્યારે અફસોસ કરે; આને મોટો મૂરખ કહેવાય.

ઉપરછલ્લી મુકાયેલ આદત અથવા કોઈના દબાણ કે પ્રેમમાં મુકેલ આદત ક્યારેય છૂટતી નથી. આદત ત્યારે જ છૂટે છે, જ્યારે તે આપણી સમજ અને મનમાં બેસી જાય કે, ખરાબ છે. મનથી મુકાયેલ હોય. જેની પાસે સંકલ્પશક્તિ નથી તેના માટે આદતને છોડવી મુશ્કેલ છે.

એક કિસ્સો છે કે, દરિયામાં તૂફાન આવ્યું ને તેમાં એક જહાજમાં પાણી ભરાયું, જહાજમાં બેઠેલા લોકો લગભગ સિગારેટના આદિ હતા. લોકો પાસે સિગારેટ ખલાસ થતાં જહાજના દોરડા કાપી કાપી ને લોકો પીવા લાગ્યા, પ્રાણની પણ ચિંતા ના હતી તેટલી સિગારેટની લત હતી. આમ જોઈએ તો આપણી આદતો પણ પ્રાણની ચિંતા કર્યા વગરની જ છે.

અહીં ખાલી વ્યસનની જ વાત નથી એ બધી જ આદત જેના વગર આપણું જીવન આપણને નકામું લાગે છે. જેના વગર આપણને ના ચાલે તે પછી વ્યક્તિ, વસ્તુ કે પરિસ્થિત પણ હોય શકે. આદત સારી ખરાબ નથી. ભગવાનની માળા, ધ્યાન પણ આદત છે, જો તેના વગર ના ચાલતું હોય તો....

21
ઓલ્ડ ઈઝ ગોલ્ડ

એક ઉંમર બાદ સંબંધોમાં પસંદ નાપસંદ પર જોર રહેતું નથી. શાંતિ, સુકુન પર ધ્યાન વધારે જાય છે. નવા સંબંધોનો વસવસો ખતમ થઈ જાય છે અને જૂનાં સંબંધોને ફરી તાજા કરવાની ઇચ્છા જન્મે છે. જે સંબંધો ધીમાં પણ ભરોસાલાયક હોય છે. જૂનાં ઘરેણામાં હોલમાર્ક નથી પણ ભેળસેળ ઓછું હોય છે. તેમજ જૂનાં સંબંધોમા ઈમ્પ્રેસ કે સારાપણાની સાબિતિની જરૂર રહેતી નથી. લગભગ વ્યક્તિ એટલે જ ઘડપણમાં ઘર તરફ વળે છે. કારણ કે તે જાણી ચૂક્યા હોય છે ખીસ્સા ખાલી ને ગોઠણની ઢાંકણી ઘસાય જાય પણ જુવાનીના બનેલા સંબંધો સાથે આ ઉંમરના સંબંધો તોલી શકાય નહીં. સમજદારીને અનુભવો બંન્ને બાજુથી પ્રહાર કરતા હોય છે. મનમેળ તો થઈ જાય પણ હૃદય કોરું રહી જાય કારણ કે, હૃદય તો જુવાનીમાં જ કોઈ લઈ ગયું હોય છે. જે મિત્રતા બાળપણ અને જુવાનીમાં થઈ તે ઘડપણમાં પોસિબલ જ નથી. કોઈ અપવાદ હોય શકે. હૃદય હજી બાળક જેવું જ હોય બાકી તો અમુક ઉંમરે મન શરીરની જ જરૂરતો હોય છે. હૃદયનો ઉમળકો હૃદયની કોમળતા બુદ્ધિ સાથે પરિપકવ થઈ જાય છે. એક ઘર પરિવાર છે ને બીજું ઘર શરીર છે. માણસ બહારની દુનિયાથી થાકી ને બે જગ્યાએ આરામ કરે.

રિટાર્યડ લાઈફ એટલે બહારની દુનિયાથી સંપર્ક બંધ. સંન્યાસી લાઈફ એટલે બીજાઓથી સંપર્ક બંધ.

22
બોજ

ગૃહસ્થ જીવનમાં જ્યારે પુરુષને પોતાની જવાબદારી મજદૂરી અને સ્ત્રીને પોતાની જવાબદારી નોકર તરીકે લાગવા લાગે ત્યારે ગૃહસ્થ જીવનનો થાક લાગવા લાગે છે.

જ્યારે આપણને કોઈપણ જવાબદારી બોજ લાગે ત્યારે ત્યાં પ્રેમ હોતો નથી. ફક્ત ફોર્માલિટી કે લીધેલાં નિર્ણયનો પસ્તાવો અને ફરજ હોય છે. આપણા જીવનમાં આપણે જરૂરત પ્રમાણે સંબંધો બનાવ્યા હોય છે. જરૂરત પૂરી થઈ જતાં સંબંધો, પરિવાર પણ બોજ બની જતા હોય છે. આખી જિંદગી આ બોજ ઊઠાવ્યે રાખવાનો, મરજી હોય કે ના હોય. એટલે જ મારું માનવું એવું છે કે, સંબંધો એવા હોવા જોઈએ જ્યાં ગમે ત્યારે એન્ટ્રી ને એક્ઝિટ થઈ શકાય. જ્યાં બંને બાજુ મરજી ને સ્વાતંત્રતા હોય. એવા સંબંધોને હું માનતી જ નથી જે નિભાવવા પડે. જીવન હળવું છે, બોજ તો આપણી માનસિકતાનો છે.

હું લોખંડની જંજીર નહીં,
પણ સ્નેહનો નાજુક તાંતણો છું.

હું બોલાવું ને તારે આવવું પડે, એ મને નહીં ગમે,
તારી હજારવાર મરજી લઈને જ તું આવજે.

23
યાદ !

કોઈ સાથેનો પ્રેમપ્રણય ભલે તેનો સમય ટૂંકો રહ્યો કે લાંબો, પણ તે યાદ આપણામાંથી જતી નથી. અમુક ઘટનાઓને યાદ કરતા રુહ કાંપી જાય છે ને અમુક ઘટના રોમાંચથી ભરી જાય છે. પણ આ રોમાંચ સાથીનો સાથ હોય ત્યાં સુધી જ પછી આ જ રોમાંચ યાદ બની જાય છે અને આ યાદ એટલી બધી પીડા બની જાય છે કે, આગળ જીવનમાં આવનાર પ્રેમસ્પર્શની વેલ્યૂ ગુમાવી દે છે.

એક સ્પર્શ એવો જે બંધ આંખે પણ ઓળખી જવાય, જે યાદ આવતા દુનિયાના બધાં જ સુખોને પાછળ મુકી દે. આ સ્પર્શની તલાશમાં ઘણીવાર ભટકી પણ જવાય છે. કોઈના પ્રેમની મીઠી યાદો માણસને જીવવા પણ ક્યાં દે છે ? એટલે જ પ્રેમીઓના સ્ટેટસ અને સ્ટોરીઓમાં દિલ દેનાં હૈ ગઝલ, પ્રેમ ના કરશો કોઈ અથવા તો બેવફા સનમ, વગેરેનો ઉકળાટ....

યાદ! લગભગ લોકો પ્રેમપાત્રથી અલગ છે અને તે મન છે કે, જે નથી મળતું તે જ તડપાવે છે. કેટલા દોરાધાગા બાંધ્યા, પીર પુજ્યા પણ તારી યાદ મિટાવી શક્યા નહીં. મેડિટેશન કરવા બેસીએ તો પણ આંખ બંધ કરતા જ તારી યાદ, જાણે કે મારામાં તું એવો તો ઘૂસી ગયો છે કે, હું મટી ગઈ છું. તું જ તો છે.

આ હાલત એક પ્રેમીની થવી તે સ્વભાવિક છે. આપણે ઘણા એવા પ્રયત્નો કરીએ છીએ કે, આપણે પ્રેમપાત્રને ભૂલી જવા માંગીએ છીએ પણ લાખો પ્રયત્નો ને વિકલ્પો બાદ તે ભુલાતું નથી. જેટલા વધારે વિકલ્પો વધારીએ તેટલી વધારે સરખામણીમાં ફસાઈએ છીએ કારણ કે, પ્રેમની સરખામણીમાં કે વિકલ્પમાં ગણતરી નથી.

પ્રેમ આત્મા છે, તેના જેવું બીજુ કંઈ છે જ નહીં. ગમે ત્યાં જશો પ્રેમપાત્રને તેની યાદો સાથે રહેવાની તો છે જ. તે પ્રાણ સાથે જશે, એટલે જ પ્રેમ અમૂલ્ય છે.

તો હવે શું કરવું ? ભૂલવાની કોશિશ રહેવા દેવી. યાદ બહુ પરેશાન કરે ત્યારે તેને ધ્યાનથી જોવી; મતલબ સાક્ષી, આંખો બંધ કરીને બેસી રહેવું. આપણા ટ્રોમા, ઈમોશન્સ સાથે તે પણ નિકળી જશે. મારા અનુભવ પ્રમાણે બેસ્ટ રસ્તો છે, ટેકનિક ધ્યાન.

લાંબો સમય ધ્યાન પછી પણ યાદ તો રહેશે જ પણ યાદ પરેશાન નહીં કરે. ભૂલી જવાની માથાફૂટમાંથી નિકળી જવાય છે. યાદ સહજ આવી ને જતી રહેશે. યાદ ભુતકાળમાં ભટકાવી નથી શકતી. ધ્યાન બાદ પ્રેમ પરમાત્મા બની જાય છે. જે યાદ નફરત પૈદા કરતી તે જ યાદ પ્રભુનો પ્રસાદ બની જાય છે. જે યાદે નિંદ હરામ કરી હતી તે જ છાપ (અનુભવ) ધ્યાન બાદ આગળના જીવનની રાહ ચીંધી જાય છે. યાદ પરેશાની નહીં પણ અનુભવ છે; જે એક જડીબુટ્ટી છે. અને ધ્યાન એ જ જીવન છે.

24

પણ....?

આપણને ઘણીવાર જીવનમાં આપણી સાથે રહેતા માણસોથી કે એક જગ્યાથી એટલો બધો કંટાળો આવી જાય છે કે, ક્યાંક એવી જગ્યાએ જતું રહેવું છે જ્યા આપણને કોઈ જ ઓળખતું ના હોય. રોજિંદા એકસરખા દિવસોથી અમુક લોકો થાકી ગયા છે અને એક વસ્તુથી લાંબાં સમય પછી જો પ્રેમનો અભાવ હોય તો ઊબ પૈદા થવી સ્વભાવિક પણ છે. લગભગ જિંદગીએ એ અનુભવ પણ પાક્કો કરી દીધો હોય છે કે, સૌ સ્વાર્થના સગાં છે. માણસથી વધારે મુલ્યાંકન પૈસાએ લીધું છે. તે સૌ કોઈ અનુભવી રહ્યું છે. લગભગ થાકેલા લોકોની જિંદગી ઢસડાય છે, પરેશાન માણસને જીવન પણ લાંબું લાગે છે. જીવનનો અંત પણ આવતો નથી, કાં તો જિંદગીની શરૂઆત નવાં લોકો સાથે કરવી છે, વગેરે...

પણ....? આ "પણ"નાં ઘણા પ્રકારો છે. જે પણમાંથી નિકળી ગયા છે, તેના વગર પણ કંઈ જ અટક્યું નથી. ઘણા પણમાંથી નીકળી ને પણ ખુશ નથી. સંભાવના બંને બાજુની ખુલ્લી છે. જે આત્મવિશ્વાસને પોતાના રસ્તે પર પગપાળા થયા છે તે ઘણું શીખ્યા છે ને ટકી રહ્યાં છે. જે બીજાના ભરોસે ને બીજાના રસ્તે નીકળી ગયા છે તે હતાં ત્યાં ને ત્યાં જ છે. તેની પાસે કોઈ નવો દિવસ કે રાત નથી.

મોટિવેશનલ સ્પિકરો કે મારી વાતો જો અનુભવમાં નથી આવતી, તો માનવી નહીં, માનવા કરતા જાણવામાં વધુ રસ રાખવો. બીજાના રસ્તાઓ આપણા રસ્તાઓ હોય તે સાચું નથી. સાયકલવાળો સાંકળી ગલીમાંથી જે રસ્તેથી બીજે ગામ જાય ત્યાંથી ફોરવીલવાળો ના ચાલી શકે.

જો કે મારા અનુભવ પ્રમાણે જીવન અસુરક્ષામાં જ છે. અજાણ્યા રહેવામાં જ છે. અજાણ્યા રસ્તાઓ ઘણું બધું શિખડાવી જાય છે. પણ તેના માટે મરવા સુધીની તૈયારી ને હિંમત જોઈએ. જ્યાં ઓપ્શનમાં હોય ત્યાંથી નિકળી જવાની હિંમત જોઈએ.

મને મુસાફરી ગમે છે. મેં જાણી લીધું છે કે, આજીવન આપણે કોઈના ખાસ નથી. મહેમાન ગમે તેટલા પ્રિય હોય પણ પાંચ દિવસ જ ખપે.

"આપણને તો મહોબ્બત ખપે બીજુ કંઈ ના ખપે...."

25

હૃદયચક્ર

પ્રેમ અને ભાવ આ બંને અનુભવ અલગ છે. ભાવ જ્યારે ટ્રાન્સફોર્મેશન થાય છે ત્યારે તે પ્રેમ, કરુણા, ઉદારતા સરળ, સહજ બને છે. ભાવ સ્વાદિષ્ટાનચક્ર એટલે કે બીજા ચક્રો પરના ભાવો છે, તે જ્યારે હૃદયચક્ર પર ઊર્જા આવે છે. ત્યારે તે હૃદય સુધીના ટ્રાન્સફોર્મેશન સ્ટેજ પર ઊર્જા આવી કહી શકાય. અમુક લોકો પાસે ભાવ પણ નથી તે મુલાધાર ચક્રો પર જ સ્થાઈ છે, જેમ કે પશુ જીવન, ખોરાક, ઊંઘ, મૈથુન, સંસાર... આ સંસારમાંથી આગળ છે, ભાવની ઉત્પતિ છે, એકલતા, અસુરક્ષાનો ડર વ્યક્તિને ભાવસંબંધો તરફ લઈ જાય છે અને એ જ પારિવારિક કે મિત્ર સંબંધોમાં ભાવ, જેને આપણે સાદી ભાષામાં હૃદય કહીએ છીએ. પણ તે હૃદયની ઊર્જા નથી, તે સ્વાદિષ્ટાન ચક્રની ઊર્જા છે. જેમાથી આપણું નિકળવું કે તેને સમજવું અઘરું બની રહ્યું છે. ઘણા પોતાને આધ્યત્મિક કહેનારા લોકો અહીં અટકી ગયા છે.

બુધ્ધું ને બુદ્ધમાં જે ફરક છે, તે મારા અનુમાન મુજબ ઊર્જા લેવલ પર છે. હું અહીં મારા અનુભવ પ્રમાણે ભાવ અને પ્રેમ તરફ લઈ જવાનો પ્યાસ કરું છું.

જેમ કે, ગુસ્સો, ઈર્ષા, જેલસી, બદલો, દયાની સામે કરુણા, માફી દગો, ચિટિંગ, લોભ, લાલચની સામે પ્રામાણિકતા, સ્પષ્ટિકરણ, નફરતની સામે પ્રેમ, સ્વિકાર, હતાશા, કંજુસાઈ, પકડની સામે ઉદારતા, ડર, સંકોચ, શરમની સામે નિડર, નિર્ભયતા, આત્મવિશ્વાસ, કઠોર, અહંકારી, કપટીની સામે સરળતા, દેખાડો, કોમ્પટીશન, કમ્પેરીઝનની સામે સહજતા વગેરે અવગુણની સામે ગુણની પાત્રતા આવે છે. જ્યારે માણસ પોતાના તરફ ધ્યાન કરે છે, ત્યારે તેમના અવગુણ ગુણમાં ટ્રાન્સફોર્મેશન થાય છે ને વ્યક્તિ બાળકની જેમ પવિત્ર - સહજ સરળ જીવનમાં પ્રવેશ કરે છે. હ્રદયચક્ર પછીની યાત્રા આગળ બુદ્ધ તરફ જાય છે...

26

પારદર્શક સ્ત્રી

જ્યારે કોઈ પુરુષ કોઈ સ્ત્રીને પ્રેમ કરે છે, ત્યારે તે પુરુષ તે સ્ત્રીના મિત્ર સર્કલ સગાં - સંબંધી બધાં જ સાથે કોન્ટેક્ટ ઓછો કરાવે છે અથવા તો બિલકુલ બંધ કરાવે છે. એ પુરુષને તે સ્ત્રીના બધા જ સગાં-સંબંધી ફ્રેન્ડ સર્કલમાં ઓળખાણ તે સ્ત્રી કરાવી આપે છે. સ્ત્રી પાસે પોતાની પ્રાઇવેસી જેવું કંઈ હોતું જ નથી. તે બધું જ પ્રેમમાં શેર કરી દે છે, નાનામાં નાની વાત પણ સ્ત્રી પાસે અંગત રહેતી નથી.

સવારના નાસ્તામાં શું જમ્યાથી લઈને રાત્રે સુતા પહેલાં ક્યાં કોની સાથે હતી ! પૂરાં દિવસની દિનચર્યા સ્ત્રી પોતાના પ્રેમીને શેર કરી દે છે. દિવસમાં દસ વાર કૉલ અને વીસ વખત મેસેજથી સતત વાતો ચાલુ રાખે છે. એક પણ કલાક પ્રેમીની નજરથી દૂર સ્ત્રી રહી જીવતી નહીં હોય. આવું અમુક વરસો ચાલ્યા પછી તે સ્ત્રી તે પુરુષ પર એટલી ડીપેન્ડેડ હોય છે કે એક પગલું પણ તેના વગર ચાલી શકતી નથી અથવા તેને ચાલવાની ઇચ્છા પણ નથી થતી. અમુક વરસો બાદ પુરુષ બંધન અનુભવવા લાગે છે. પુરુષના જન્મજાત ગુણ ઘરમાં રહેવાના નથી પછી ભલે ઘરની ઈંટો પ્રેમથી મઢેલી હોય. તે વધારે સમય સમર્પણમાં રહી શકતો નથી. મન જેવો તેનો સ્વભાવ ચંચળ છે એટલે જ આપણા સમાજની રચના કરનારે પુરુષને ઘરની બહારના કામોમાં પુરુષોને આપ્યા છે.

પુરુષને નક્કી થઈ જાય કે હવે આ સ્ત્રી મારા કબ્જામાં છે એટલે તે ધ્યાન રાખવાનું ઓછું કરી નાખે છે. તે પુરુષનું ધ્યાન બીજા કામમાં કે ગામમાં જાય છે અને તે સંવેનદનશીલ સ્ત્રી અનુભવી લે છે. કે મારા પ્રત્યે હવે આકર્ષણ અને પ્રેમ ઓછો થયો છે. પછી ત્યાં ઝઘડાં અને શંકાઓ ચાલુ થાય છે અને પુરુષ આ બંધનમાંથી મુક્ત થવા માંગે છે કારણ કે, સ્ત્રી પ્રેમ સંબંધમાં આજીવન બંધન સ્વીકારી શકે છે પણ પુરુષ બંધન સ્વીકારી શકતો નથી.

સ્ત્રીને ફક્ત પ્રેમી જોઈએ છે જ્યારે પુરુષ ને ફક્ત પ્રેમિકા જ નહીં એની સાથે પરિવાર માન, પદ, પ્રતિષ્ઠા, પૈસા અને પૂરી દુનિયા પણ જોઈએ છે. ભાગ્યે જ કોઈ પુરુષ પ્રેમમાં પૂરો સમર્પિત થઈ શકે છે. એક દીકરી ને જ્યારે સાસરે વળાવતાની સાથે એનાં સ્ત્રી વડિલો મેસેજ આપે છે કે, વીસ વર્ષે પણ ધણીનો વિશ્વાસ કરાય નહીં. આવી કહેવતો અનુભવ ને ભવિષ્યના ઍંધાણ કહી જતી હોય છે.

આવા સંબંધો જ્યારે અલગ થાય છે ત્યારે સ્ત્રી અંદરથી તૂટી જાય છે. તે ક્યારેય કોઈ બીજા પુરુષ પર વિશ્વાસ કરી શકતી નથી. તેના માટે દુનિયા સૂકાં રણની રેતીની જેમ સ્ત્રીના હ્રદયને દઝાડી જાય છે. સ્ત્રીનું હ્રદય પથ્થર જેવું થઈ જાય છે. તે પણ પ્રેક્ટિકલ લાઈફ પસંદ કરી લે છે. ખરેખર સ્ત્રી પ્રેક્ટિકલ ક્યારેય હોતી નથી.

સમય સંજોગો તેને પુરુષના પ્રેમ કરતા પૈસાનું વધારે મહત્વ સમજાવી જાય છે. એટલે જ આજના જમાનાની સ્ત્રી પૌરુષ કરતા તેની માલ-મિલકત પસંદ કરે છે કારણ કે, અમુક સમાજના કિસ્સાઓ જોઈને સ્ત્રી પોતાની બાહ્ય સુરક્ષા પસંદ કરતી થઈ ગઈ છે. આ અમુક કિસ્સાઓ બધી સ્ત્રીઓ માટે લાલબત્તિ હોય છે. આ વાત બધા માટે નથી એટલે શાંતિથી સમજવા વિનંતી.

27
હીરાની પરખ

એક ગરીબ ખેડૂત હતો. એકવાર તેના ખેતરમાંથી તેને ચમકીલો પદાર્થ મળ્યો. તે ચમકીલો પદાર્થ અમૂલ્ય હીરો હતો. તેના ખેતરમાં હીરાની ખદાન હતી પણ તેમને હીરાની પરખ ના હતી એટલે તેમને તે ચમકીલો પદાર્થ પોતાના બાળકોને રમવા આપી દીધો. થોડા સમય પછી તેમને એવું થયું કે, આ ગરીબી છોકરાનું ભવિષ્ય નથી તો એના માટે તેમને ખેતર વેંચી અને શહેરમાં કામ ધંધો કરવાનું વિચાર્યું. તેમને પોતાનું ખેતર વેચી નાખ્યું અને શહેરમાં કામ માટે ચાલી નીકળ્યો. સંતાનો અને પત્નીને કહ્યું, "હું શહેરમાં સેટ થઈ જઈશ પછી તમને ત્યાં બોલાવી લઈશ. ઘણા વરસો બાદ પણ તે ખેડૂત સેટ થયો નહીં. તેને હીરાના બિઝનેસમાં મજૂરી કરી. તેમને હીરાની પરખ તો થઈ ગઈ પણ પૈસા કમાઈ શક્યો નહીં. થાકીને પોતાના ઘરે આવે છે ત્યારે બાળકોને તે પથ્થર રમતા જુએ છે ત્યારે તેને ખ્યાલ આવે છે કે આ તો અમૂલ્ય હીરા છે. કારણ કે પોતે હીરામાં મજૂરી કરતા કરતા હીરાને પારખી ગયો હતો પણ હવે શું ખેતર તો વેચાઈ ગયું હતું, જ્યાંથી હીરાં મળ્યા હતાં. આપણું પણ કંઈક આવું જ જીવન છે. આખી જિંદગી સંસારચક્રમાં, સંબંધોમાં, પરિવારોમાં, સમાજના વહેવારો, પરંપરાઓ, નીતિ-નિયમો બધું જ કરતા કરતા થાકીને જ્યારે પોતાની જાતને સલેન્ડર કરીએ છીએ. ઘરે આવીએ છીએ, ત્યાં આપણું ખેતર પણ વેચાઈ ગયું હોય છે. સમજાય એને વંદન.

28
ઢોંગ

સમય પ્રમાણે પરિવર્તન આવ્યું. માણસ હવે બીજા માણસને ગુલામી કે પાંજરામાં નથી રાખી શકતો એટલે પશુઓ, પંખીઓને ઘરમાં પાંજરામાં રાખતો થયો. આ કોઈ પશુ પ્રેમ, જીવદયા નથી. આ તમારી જ મનચ્છાઓ છે. જન્મોથી ગુલામી કરી છે યા તો કરાવી છે, આ આદત જે બીજો માણસ પૂરી નથી કરી શકતો તો તમે પશુ પક્ષીઓ પાસે અપેક્ષા રાખો છો. આ કોઈ પ્રેમ નથી. માણસને પ્રેમ કરવો મુશ્કેલ છે એટલે આ મુંગા જીવ પર પ્રેમનો દેખાડો કરો છો. એને એની દુનિયામાં આઝાદ રહેવા દો. એ જ સાચી જીવદયા છે. ગાયોને નીણ એટલે દાન કરો છો કે તમારું કલ્યાણ થાય, કુતરાને બટકું રોટલો એટલે આપો છો કે નરકમાં તમે ભુખે ના મરો. વગર કારણે ક્યાં કોઈ કોઈનો ભાવ પણ પુછે છે !

આ જંગલો પશુ-પંખીઓના ઘર ઉજાડી આપણા ઘર બનાવ્યા અને પછી એને ઘરમાં રાખી જીવદયાના ઢોંગ. આ વૃક્ષો કાપી રસ્તાઓ બનાવ્યા ને ઘરમાં વૃક્ષો વાવી પ્રકૃતિ પ્રેમી, ઈન્સાન અને ભગવાને બનાવ્યો ને હવે ભગવાનને ઈન્સાન બનાવે છે. બહુ પશુ પ્રેમ આવતો હોય તો સિંહને પોતાના ઘરમાં રાખીને પ્રેમ કરી બતાવો. ગાય, બકરા, કુતરાં, બિલાડાં, પોપટમાં શું મજા ! પ્રેમ પાંજરામાંથી મુક્ત કરે છે.

29
સ્વનિર્ભર

આપણને જે વસ્તુ, વ્યક્તિ, પરિસ્થિતિ સારી કે ખરાબ જે મળ્યું છે તે અહીં બહારની દુનિયામાંથી મળ્યું છે. આપણા જન્મબાદ મળેલ છે. આપણી પસંદ છે, તે છીનવાય જાય છે કે દૂર થઈ જાય છે તો તકલીફ એટલી જ કે લાગણી બંધાણી હતી. બસ આ લાગણી એટલે મોહ, આખું જગત મોહમાયા, મતલબ સંબંધોને પૈસા બે ઉપર જીવી રહ્યું છે. જીવવા માટે રચાયેલ કુટુંબ-કબિલા મૃત્યુ સમયે છોડવા આકરાં લાગે છે. હૂંફ વગર માણસ જીવી પણ શકતો નથી. કારણ કે આપણને નાનપણથી જ આની આદત પાડી દેવામાં આવી છે. જેમ પશુઓ પંખીઓ ઊડતા શીખી જાય એટલે એકલા જીવતા શીખી જાય છે પણ આપણને આપણા જ ઊડવા જ દેતા નથી.

પરિવારને સમાજની પરંપરા, સંસ્કૃતિની વિરુધ્ધ જો કોઈ જાય તો તેને સમાજની બહાર ફેંકી દેવામાં આવે છે. એક સમજણ વગરનો ગાડરિયો પ્રવાહ જેને જીવન માની રહ્યો છે તે સંસારચક્રથી વધારે કંઈ નથી. તનતોડ મહેનત કર્યા બાદ સુખ સુવિધા મળે છે પણ ખુશી કે શાંતિ નહીં છતાં લોકો દોડ્યા જ રાખે છે. વાસ્તવિકતા સામે છે કે પૈસા સુખ આપી શકે નહીં. બોલનારો જ વર્ગ પૈસા પાછળ ગાંડોતૂર બન્યો છે. જોઈ લેજો મોટીવેશનલ સ્પિકરો ને કથાકારો. હા, એનું જીવનનિર્વાહ ચાલે ત્યાં સુધીનું વળતર બરોબર છે પણ લાખો રુપિયા ચાર્જ વસૂલી

કરે તે સેવાના નામ પર બીજનેસ છે. હું એવું નથી કહેતી કે સંસારમાં જન્મ થયો છે તો તેનાથી અછૂતું રહેવું પણ તેની સમય મર્યાદા છે.

આપણા શાસ્ત્રોમાં જે રીયાલિટી છે, તે આપણને પંડિતોએ નથી સમજાવી. પંડિતોએ આપણને સમજાવ્યું છે જેમા એનો વેપાર ચાલે, એનો સંસાર ચાલે. કારણ કે, આપણે ત્યાં પંડિતો જન્મોથી પંડિતો કહેવાય છે પણ ખરેખર પંડિત એને કહેવાય જે કરમોથી પંડિત હોય. સાધુ સંતો સમજાવી સમજાવીને મરી ગયા પણ ટાઈમ નથી. જવાબદારીઓ તો આ જવાબદારીઓ લીધી જ એટલે છે કે, તેમાથી ખુશી મળે, સુખ મળે, આપણા પરિવારો સંબંધો આપણે સુખ આનંદ માટે જ વસાવીએ છીએ ને ? પણ શું તે તમને સુખ, આનંદ આપી રહી છે ? તે પણ આપણે જ ચેક કરવું પડશે ને ? જવાબદારી સ્વેચ્છાની હોય તો ગમે પણ ખરી. હું પણ આ સંસારચક્રનો શિકાર જ છું પણ એક કદમ પોતાને આનાથી અલગ પણ કંઈક છું. તે સમજવાનો પ્રયત્ન કરું છું. એક જીવ પાંગળો છે જ્યાં સુધી તે પોતાના દમ, સમજણ પર ઊભો નથી.

30
પ્રકૃતિ

માણસ પાસે થોડી વાર બેસો અને પૂછો કેમ છો ? તો વાત ચાલુ કરે મજામાં જ છીએ. કોઈ પ્રોબ્લેમ નથી જીવન સારું છે. થોડીક વધારે વાર બેસો એટલે એની ફરિયાદો ચાલુ થાય. અમારી સાથે આમ થયું, અમારી સાથે તેમ થયું. આ લોકોએ અમને દગો દીધો. અમારા જીવનમાં સુખ ક્યારેય જોયું નથી. મેં બહુ દુ:ખ, તકલીફ વેઠ્યું છે. બધાને ખુશ રાખવાનો મારો સ્વભાવ મને જ નડ્યો. સારા માણસોને દુ:ખ પડે એવું સાંભળ્યું હતું પણ મારી જગ્યાએ જો બીજું કોઈ હોય તો જીવી જ ના શકે. આત્મહત્યા કરી લીધી હોય. મારા બાપાએ આમ કર્યું, મારા કાકાએ આમ કર્યું, મારી પત્નીએ કે પતિએ... સંતાનોએ, સંબંધી, મિત્રોએ વગેરે કેટલી બધી ફરિયાદો, માણસને મળ્યું છે એની કૃતજ્ઞતા ઓછી જોવા મળે છે.

જે લોકો પાસે પોતાના જીવન પ્રત્યે અહોભાવ નથી તેને મારે કહેવું છે કે, પ્રકૃતિ તમને કેટલું આપે છે તેનો હિસાબ હું તમને કહું, ઓક્સિજન, પાણી, આપણને રહેવા માટે પૃથ્વી અને પૃથ્વીમાંથી તમામ ચીજ વસ્તુઓ જે આપણને મળી રહી છે, સૂર્ય, ચંદ્ર અને સૌથી વિશેષ પંચતત્વ, આપણું શરીર. મેં એવા લોકોને જોયા છે જેમના પગ નથી, આંખ નથી, કાન નથી, શરીરના અમુક એવા અંગ છે જે નથી છતાં તેમની પાસે મનોબળ છે. જીવવાની લાલુપતા છે. મેં એવા લોકોને

પણ જોયેલા છે જેમની પાસે પૂરું શરીર છે, કોઈ ખોટખાપણ નથી છતાં માયુસ અને ઉદાસ છે. હવે આ જે માયુસ અને ઉદાસ છે એવા લોકોને કૃતજ્ઞતા શબ્દ શું તે સમજવો જોઈએ. ક્યારેય તમને પ્રકૃતિ સામે જોવાનો ટાઈમ છે ?

તમે સવારે ઊઠીને સૂર્યને કૃતજ્ઞતા પૂર્વક કહો છો કે, હે સૂર્યદેવ તમે નથી તો મારું જીવન નથી. શું તમે પાણીને સ્પર્શ કરતા પહેલા પાણીનો આભાર માનો છો ? શું તમે પૃથ્વી ઉપર પગ દેતા પહેલા પૃથ્વી મા ને કહો છો કે, હે પૃથ્વી મા મારો વજન ઉચકવા બદલ તને ધન્યવાદ. આપણે પૃથ્વી પર કેટલી ગંદકી ફેલાવીએ છીએ છતાં આપણને પૃથ્વી આસરો આપે છે. આપણું મળમૂત્ર આપણા જીવનનો બધો જ કચરો આપણે પૃથ્વીને અને પાણીને આપી દઈએ છીએ. છતાં ક્યારેય પૃથ્વી એ આપણને જાકારો નથી દીધો.

એવી જ રીતના પ્રકૃતિના આપણે કૃતજ્ઞ છીએ કે તે આપણને ઓક્સિજન આપે છે. એક માણસ પાણીમાં ડૂબી જાય ત્યારે તે ઓક્સિજન માટે તડફડે છે. અવકાશયાત્રીઓ ઓક્સિજનની કિંમત ખરેખર જાણતા હશે. આપણને તો ઓક્સિજન કેટલો લઈએ છીએ એ પણ નથી ખબર. વિચાર કરો ખાલી એક ઓક્સિજન જેના વગર આપણું જીવન શક્ય નથી તે પ્રકૃતિએ પૃથ્વી પર જથ્થાબંધ આપેલ છે. પ્રકૃતિ આપણને ખોબલે ખોબલે આપે છે પણ આપણે ચમચી લઈને ઊભા છીએ. અરે આપણો બાપ અથવા તો આપણું જવાબદારી લેતું વ્યક્તિ આપણને ઘરમાંથી કાઢી મૂકે ત્યારે આપણે લંગડા અને પાંગડા અને હતાશ થઈ જઈએ છીએ. તો આ પ્રકૃતિ બાપ જ્યારે કાઢી મૂકશે, જાકારો આપશે ત્યારે શું થશે?

બસ એનો તો ક્યાં કોઈને વિચાર આવે છે ! એના પર કોઈની દ્રષ્ટિ જ નથી. દ્રષ્ટિ છે બસ નથી મળતું તેની પર. જે અસલી ખજાનો છે તેના પ્રત્યે દ્રષ્ટિ લાવવી અહોભાવ જાગવો તે પણ અસ્તિત્વ જ છે. આપણને સુખ સુવિધા ને ગમતા સંબંધો માનસન્માનની જ ફિકર છે. કુદરત તરફથી મળતા મફત પ્રવાહની કોઈને કદર નથી.

31
સમજણ

આપણા સમાજમાં છૂટાછેડા, સગાઈ તૂટવી, પ્રેમલગ્ન, બે ભાઈઓને અલગ થવું, દીકરાને મા-બાપથી અલગ થઈને બીજા ઘરમાં રહેવા જવું, એક દંપતિને સંતાન ન થવું, લિવિંગ રિલેશનમાં રહેવું, કુંવારા રહી જવું, ગરીબ રહી જવું વગેરે જો આમાંનું કંઈ પણ એક થાય તો આપણી ઈજ્જત રહે નહીં અથવા તો ઈજ્જત જતી રહે.

પતિ-પત્ની એક ઘરમાં નથી રહી શકતા તો તે પોતાની ઇચ્છાથી છૂટાછેડા લઈ અને જીવનમાં આગળ વધે છે. લગ્ન પહેલાં સગાઈ તૂટી જાય છે કારણ કોઈ પણ હોય. સારું થાય છે કે આખું જીવન જેની સાથે જીવવું છે એની સાથે થોડાક દિવસમાં જ નથી રહેવાય એમ ખ્યાલ આવી ગયો. એક દીકરો તેના મા-બાપ સાથે નથી રહી શકતો કારણ કે, તેની પત્ની અને તેની મા વચ્ચે રોજ ઝઘડાઓ થયા રાખે છે. રોજના ઘર કંકાસમાં મા અને પત્ની વચ્ચે પીસાતો પુરુષ જો શાંતિથી બીજા ઘરમાં રહેવા જાય અને બંને પરિવાર શાંતિથી રહે તો એ વધારે સારું કહેવાય છે.

લગ્નજીવનમાં કચકચ, લક્ષ્મણરેખાઓ, કોમ્પ્રોમાઇઝ, જબરજસ્તીની જવાબદારી, પ્રેમ વગર એક રૂમમાં એક બેડમાં સાથે સૂવું એના કરતા

લિવિંગ રિલેશનમાં પ્રેમ અને એક બીજાની ઇચ્છાથી ભેગું થવું ને ના ફાવે તો અલગ થવું. કોઈ એગ્રીમેન્ટ નહીં ફક્ત અનકન્ડિશનલ, વ્યક્તિની ફ્રિડમ જો લિવિંગ રિલેશનમાં હોય તો શું વાંધો ? અને સંતાનો કુંવારા રહી જાય છે તે તો અત્યારે કોણ વ્યક્તિને પરણે છે. માલ મિલકતને જ તો પરણાવાય છે. છોકરા પાસે મિલકત ના હોય અને છોકરી પાસે રૂપ રંગ પૂર્ણ શરીરનો ઢાંચો ના હોય તો કુંવારા રહેવાની સંભાવના વધારે છે. દંપતિનું નિસંતાન રહેવું તે કોઈ દંપતિના હાથમાં તો છે નહીં અને છેલ્લે કોઈ ગરીબ નહીં રહે તો અમિરોની વ્યાખ્યા જ શું મહત્ત્વની ?

એટલે મારો કહેવાનો મતલબ એટલો જ છે કે અહીંયાં સમજણની જરૂર છે. કોઈપણ સ્થિતિને ઈજ્જત સાથે જોડી અને રિબાઈને મરવાની જરૂર નથી કે કોઈ બીજાની કમ્પેરીઝનમાં ખુદને નબળો કે કમજોર સમજવાની પણ જરૂર નથી. આપણી ખુશી અને મરજી શેમાં છે તે આપણે ખુદ જ જાણી શકીએ છીએ. સમાજના મેણાટોણા અને વાતોથી ડરવાની કોઈ જરૂર નથી. કોને ખબર આપણા અમુક નિર્ણયો અને પિંજરામાંથી નીકળવાની હિંમત બીજાને માટે પ્રોત્સાહન અને જીવવાની પ્રેરણા બની જતી હોય છે.

32

મનુષ્ય જનમ

ધણો એવો મોટો વર્ગ છે, જેને સેક્સની પૂર્તિ નથી થતી અથવા સંતોષ નથી થતો. 99% લોકો સેક્સથી અતૃપ્ત છે. હજારો વાર સંભોગ ક્રિયા કર્યા બાદ પણ હજુ તે જ આકર્ષણનું કેન્દ્ર છે. યોગ્ય સમયે લગ્ન થયા નથી, લગ્ન બાદ ડિવોર્સની એકલતા, ગર્લફ્રેન્ડ સાથે બ્રેકઅપ, પત્નીની શારીરિક બીમારી, પત્નીનો કંકાસી સ્વભાવ, પાર્ટનર હવે નથી ગમતું, પાર્ટનર સાથે ઇચ્છા નથી થતી વગેરે ઘણા કારણોથી વ્યક્તિને રોમેન્ટિક જિસ્મની આગ બુઝાવી શકે એવું સેક્સ મળતું નથી અને જ્યારે કોઈ કારણોસર મળતું નથી ત્યારે માણસ પોતાને તૃપ્ત કરવા બીજા રસ્તાઓ પર ચાલ્યો જાય છે. તે રસ્તાઓ એટલે બીજુ પાર્ટનર જ નહીં પણ પદ, પ્રતિષ્ઠા, પૈસા, પાવર વગેરે... આ બધાની પાછળ સેક્સ કેન્દ્ર જ છે.

વ્યક્તિ પાસે એક સેક્સ પાર્ટનર ના હોય તો વ્યક્તિ પોતાને અભાગી સમજે છે. જેના લગ્ન નથી થયા તે પોતાને દુ:ખી અને અધૂરા સમજે છે. સમાજે પણ પૂરી વ્યવસ્થા કરેલ છે કે વ્યક્તિ એકલો વ્યાકુળ રહે છે, લોકો પણ તેઓની સમક્ષ દયાની દ્રષ્ટિથી જુએ છે. પણ સત્ય તો એ છે કે એક પણ માણસ અધૂરો નથી. મારો કહેવાનો મતલબ એવો ક્યારેય નથી રહ્યો કે આ બધું કુદરત વિરૂધ્ધ છે. લગ્ન સંસાર નકામો છે. બધું આપણા માટે જ છે. ભોગ-વિલાસ, સુખ-સાયબી ત્યાગવાની જરૂર પણ

ક્યાં છે ? બસ એક સમય છે, જ્યાં સત્ય જોવાનીને જાગવાની જરૂર છે. અને જાગી ગયા પછી આયરણ...

આ ભુખ એવી છે, કે શરીરની છે જ નહીં આપણે શરીરની જ માનીએ છીએ, શરીર તો માત્ર સાધન છે. આ ભુખ મનની છે, ને સુક્ષ્મમાં જઈએ તો અધૂરપની છે. પશુ યોનિમાં મૈથુન શરીરના તલ પર જ છે. કારણ કે પશુ બ્રમચર્યને ઉપલબ્ધ થઈ શકતો નથી. જ્યારે માણસને આ મોકો મળેલ છે. એટલે જ સંતોએ લખ્યું છે કે "જોજે સંન્યાસી મનુષ્ય અવતાર એળે જાય ના, ફોગટ ફેરો થાય ના," આપણે ઘણીવાર બોલીએ પણ છીએ. આને તો ઘરતી પર ધકો થયો છે પણ સાચું તો એ છે કે લગભગ આપણા બધાનાં ધકા જ છે. મૃત્યુ સમયે પણ કોઈ સાથે મરે તેવી ઇચ્છાઓ લઈને મરીએ છીએ એટલે જ યાદો લઈને મરીએ છીએ. શૂન્યતામાં તો કોઈ વિરલો જ મરે છે.

મનુષ્ય જનમ અણમોલ રે..
ઈસે મિટ્ટિમેં મત ધોલ રે..
અબ જો મિલા હૈ ફીર ના મિલેંગા...
કભી નહીં કભી નહીં...

33
સમાગમ

કોઈ વ્યક્તિ જ્યારે તેનાં પાર્ટનર સાથે સંભોગમાં ઉતરે છે. અને કોઈ ત્રીજી વ્યક્તિની યાદમાં સંભોગ કરે છે તો તે પોતાને અને પાર્ટનર બંનેને દગો આપે છે. આ સંભોગ રિલેક્સ ને હળવાશ નહીં પણ ભારેપણું, બેચેની, નિરાશાને પ્રમાદ આપે છે. પતિ પત્નીએ પણ બંનેની મરજી વગર સંભોગમાં ઉતરવું જોઈએ નહીં. હું જાણું છું કે પત્નીની ઇચ્છા ક્યારેક જ હોય છે પણ પુરુષ ધારે તો કન્વેશન કરી અને સ્ત્રીને તૈયાર કરી શકે છે. એક સ્ત્રીની સેક્સની ઇચ્છા હોતી જ નથી એવું હોતું જ નથી. પણ તેને સેક્સ પહેલા કહેવાતું આઈ લવ યુ કે અન્ય વાયદાઓ સેક્સ બાદ તેનું અસ્તિત્વ ગુમાવી બેસે છે, તેનો વાંધો છે. મારા ખ્યાલથી લાંબા સમયે મળવાથી આ બોર્ડિંગ જળવાઈ રહે છે અને મજાનું પણ બની રહે છે. કોન્ટેટી કરતા ગુણવત્તા પર ધ્યાન દેવું.

એવા પાર્ટનર સાથે ક્યારેય સંભોગ ના કરવું જ્યાં તમારી પસંદ કે પ્રેમ નથી. કામ ચલાવ સંભોગ કરતા સંભોગ ના કરવું હિતાવહ છે. ઘણી વાર પ્રેમ પાત્ર સાથે પણ મરજી હોતી નથી. તો ત્યારે પણ સેક્સમાં ઉતરવું નહીં. એકની ઇચ્છાથી ક્યારેય સંભોગ કરવું નહીં. પ્રેમ જ્યાં છે ત્યાં સંભોગની બહુ જરૂર પડતી નથી બસ સાથ કાફી હોય છે.

આપણા શરીરનો મેઈન પાર્ટ છે યોનિ અને લિંગ. તે ભાગો એટલા બધા સંવેદનશીલ છે કે આપણા ભાવ સાથે તેનું જોડાણ છે. વ્યક્તિ તે ઊર્જાથી સર્જન ને વિનાશ બંને કરી શકે છે. શરીર છોલાય તો રુજ આવી જાય પણ તેની સાથે ના મનનાં ઉઝરડા રુઝાતા નથી.

પ્રેમ, નફરત, ધૃણા, ઈર્ષા, કરુણા બધાં જ ભાવો તે જ વીર્ય ઊર્જાના જ ભાગ છે. પશુમાંથી ભગવાન બનવાની પ્રક્રિયા આ વીર્ય ઊર્જાનું જ ટ્રાન્સફોર્મેશન છે. આ સંભોગની ક્રિયાને જો ધ્યાનમાં રખાય તો ધીમે ધીમે જીવનની દરેક પરેશાની ખતમ થાય છે અને એક આંતરિક સ્ફૂર્તિને આનંદ જીવનમાં પ્રવેશ કરાય છે.

જ્યારથી આપણામાં વિકારનો પ્રવેશ થયો ત્યારથી પોતાનું ખાલીપણું હું બીજાથી ભરી લેવાની વૃત્તિનો જન્મ થયો, અને હજી સુધી અતૃપ્ત જ રહ્યા. બીજો મતલબ ખાલી વ્યક્તિ જ નહીં, પણ પદ, પ્રતિષ્ઠા, પૈસા, અહંમનો સમાવેશ પણ થાય છે. પણ જો આ સંભોગ પર થોડું ધ્યાન રાખી શકાય તો ઘણી સમસ્યાઓનું સમાધાન છે. એકલતાની પીડા એકાંતનો રસ આપીને ભરી જાય છે. આ મારો અનુભવ છે, ને હાલ મારું આચરણ પણ....

34
સ્ત્રીને સમજો

આજથી 200 વર્ષ પહેલાની સ્ત્રી અભણ હતી તેની પાસે ઘર પરિવારનું કાર્ય સિવાય બીજું કોઈ કાર્ય નહોતું. ખેતીપ્રધાન દેશ હોવાથી ખેતી કામ અને ઘરકામ બે જ કામ સ્ત્રીઓ પાસે હતા. શહેરોમાં પણ આટલો બધો વિકાસ ન હતો. નાના નાના બિઝનેસ હતા. તેમાં લગભગ એકાદ બે સ્ત્રીઓ બિઝનેસમાં જોવા મળે જેમ કે, સરકારી નોકરીઓમાં ટીચર, નર્સ, વકીલ, ડૉક્ટર એ પણ બહુ ઓછી માત્રામાં સ્ત્રીઓ નોકરીયાત હતી. તે સમયની સ્ત્રીઓ પાસે ઘરની ચાર દીવાલ જ હતી. ઘરના દરવાજા તેના માટે ખુલ્લા નહોતા કારણ કે, બહાર તેની પાસે આર્થિક કે સુરક્ષાનો વિકલ્પ નહોતો.

200 વર્ષ પહેલાં લગભગ સ્ત્રીઓ એક ધારણામાં જીવતી કે પતિ કે પરિવાર વગરનું જીવન શક્ય નથી. એટલા માટે જ ગમે તેટલું મારપીટ કે સાસરિયામાં ત્રાસ હતો તો પણ સ્ત્રી સહન કરી લેતી કારણ કે, ત્યારે સ્ત્રીને પિતાના ઘરે પાછી આવવાના દરવાજા બંધ હતા. દીકરીને વળાવતી સમયે તેના જ પરિવારની સ્ત્રીઓ બોલતા કે રસ્તામાં કૂવો આવે છે પડી જાજે પણ પાછી આવતી નહીં. હવે તારું ઘર તારું સાસરું છે. તારી નનામી ત્યાંથી જ ઊપડે અને કોઈ પણ દીકરી કદાચ પાછી આવવાનો વિચાર પણ કરે તો કુટુંબમાં હાહાકાર મચી જતો.

બીજા લગ્ન વિચાર કરવા વાળી સ્ત્રીઓ ને સાસરીયા પક્ષમાં જ સળગાવી અથવા દાટી દેતા. કોઈ પણ દીકરી કોઈ અન્ય છોકરા સાથે પ્રેમમાં પડતી તો પણ કુટુંબ તેને મારી નાખતા. ત્યારના સમયમાં સ્ત્રી પરપુરુષ સાથે આંખ મિલાવવાની પણ હિંમત કરી શકતી નહોતી. તેમના બાપ કે મોટાભાઈ સામે પણ દીકરી જુવાન થતાં જ આંખ નહોતી મિલાવતી એટલી હદે સ્ત્રી અભણ ને આંધળી હતી. મારી નાખવાના કિસ્સાઓ સાંભળ્યા અથવા જોયા હોવાથી મોત ના ડરે સ્ત્રીઓને મુંગી કરી દીધી હતી. આમ પર સ્ત્રીઓનું લાજ ને બોલવાનું બંધ બરાબર જ હતું. બીજા લગ્નનો વિચાર પણ બચ્છલન લાગતો. સ્ત્રીઓને પતિના મૃત્યુ બાદ વિધવા રહેવા મજબૂર અને સતીઓ કરવામાં આવતી. કાયદા કાનૂન પણ સ્ત્રીઓના ફ્લેવરમાં હતા નહીં. પોલીસ સ્ટેશન ગામડાઓમાં હતા જ નહીં. પુરુષોની પંચાયતો હતી જેમાં પાંચ મોભી કહે તેમ થાય.

તે સમયમાં સ્ત્રીઓનું શોષણ જ તેના ઘરની ઉંમરલાયક સ્ત્રીઓ જ કરતી. સ્વભાવિક છે કે જે શોષિત છે તે શોષણ જ કરે...

2024માં ક્યું એવું ફિલ્ડ છે જેમાં સ્ત્રી નથી ? જ્યારથી સ્ત્રીને ભણાવવામાં આવી ત્યારથી સ્ત્રીઓ પાસે આર્થિક કમાવાના ઓપ્શન આવી ગયા અને જ્યારે સ્ત્રી શિક્ષિત અને સુરક્ષિત થઈ એટલે સ્ત્રી અમુક અંશે સ્વતંત્ર થઈ. હવેના સમયમાં સ્ત્રી એકથી વધારે વાર પરણે તો નિસંકોચ પરણી શકે છે. હાલ 2024માં સ્ત્રીઓ એકલી પણ રહી શકે છે. સ્ત્રીઓ પોતાના વિચારો અને પોતાની સ્વેચ્છાએ સમાજ કુટુંબમાં સુરક્ષિત છે. અને આનો મુખ્ય કારણ છે સ્ત્રીઓના ફેવરમાં કાયદો અને ભણતર છે. જેને પણ સ્ત્રીઓના ફેવરમાં કાયદાઓ મજબૂત કર્યા છે, દીકરી ભણાવોના નારા લગાવ્યા છે, તેવા પુરુષને મારા સત્ સત્ નમન...

સાંભળો મિત્રો સ્ત્રી કાલે પણ ઘર ચલાવતી હતી આજે પણ ઘર ચલાવે છે. પહેલાં સ્ત્રી સહન કરતી હતી હવેની સ્ત્રી સહન નહીં કરે. કારણ કે સ્ત્રી

પાસે ઓપ્શન છે. સ્ત્રી પાસે ખુલ્લા રસ્તાઓ ને દરવાજા છે. સ્ત્રી પાસે સપોર્ટમાં કાયદો છે. પરિવાર અને ઘર હંમેશાં સ્ત્રીઓને જ જોઈતું હતું. પુરુષોની મનઈચ્છાઓ ક્યારેય ઘર પરિવારની નહોતી. પુરુષોને બંધન ગમતા જ નથી. એટલે જ એક કહેવત છે કે "પુરુષ તો નંગો જ છે."

ઘર પરિવાર બનાવવામાં ને બગાડવામાં મુખ્ય કારણ સ્ત્રી જ છે પણ તેને ક્યારેય મુખ્યાની પાઘડી મળી નથી. એક સ્ત્રી ચાહે તો જ વંશવેલો આગળ વધે, જો સ્ત્રી બાળક ના ચાહે તો વંશવેલો પણ અટકી જાય. સમય આધુનિક છે, દરેક સ્ત્રીના હાથમાં મોબાઈલ છે, દુનિયામાં શું થઈ રહ્યું છે તે ઘરમાં બેઠા જ સ્ત્રીઓને ખબર છે તો હવે પુરુષને પણ થોડુંક સહન કરવું પડશે તો જ પરિવાર ચાલશે. પુરુષને પણ કિચનમાં ને બાળક મોટું કરવામાં સ્ત્રીઓનો સપોર્ટ કરવો પડશે અને જે ઘરમાં પુરુષ પોતાનો અહંકાર મૂકી નમશે નહીં તે ઘરમાં સ્ત્રી ટકશે નહીં.

ઘર પરિવાર ટકાવનાર પણ સ્ત્રીઓ જ હતી અને છૂટાછેડાનું કારણ પણ સ્ત્રીઓ જ છે. લગ્નજીવન ટકાવવા હોય તો દીકરીની જેમ દીકરાને પણ ઘરકામ શિખવાડો.

35

આ જીવદયા નથી

માણસ માણસને પ્રેમ નથી કરી શકતો કારણ કે બીજો માણસ સામે પોતાની મરજી ને અભિપ્રાયો મૂકે છે, સામે બળવો કરે છે, એટલે માણસ મૂંગા જનાવરોને ઘરમાં જીવદયા અથવા પશુપ્રેમીના નામ પર પોતાના જ અહંકારને પોષી રહ્યો છે,

એક સમય હતો જ્યારે ગાય કૂતરાને બટકું રોટલો મળી રહેતો તો તે ઘરના આંગણે ટાઈમ થાય એટલે સ્વેચ્છાએ ઊભા રહી જતાં તે પોતાની મરજીથી આવતા ને જતા. સમય જતા માણસની વૃત્તિ તો જોવો પોતાના ઘરના રક્ષણ માટે કૂતરાઓને ગળામાં ગાળીયો ને ગાય, ભેંસ, બકરી ઘેટાઓના દૂધને, બળદને ખેતી માટે ખીલે બાંધી દીધાં.

હવે તો શહેરોમાં ફાર્મ હાઉસ તથા ઘરમાં પ્રાણીઓના નાના નાના બચ્ચાં લાવીને પોતાનો પ્રેમ વરસાવે છે. ઓ માણસ આ પ્રેમ નથી પોતે ખીલે બંધાણો છે ને ગુલામ છે તેમ આ જનાવરો ને શું કામ ગુલામ બનાવી રહ્યો છે ?

જો કોઈ જનાવરને તમે ખીલે બાંધો છો, ભોજન આપો છો, મતલબ હવે તે પોતાનું ભોજન જાતે પ્રકૃતિમાંથી કેમ મેળવવું તે શીખશે નહીં. તે

માણસની જેમ સહારાઓ વગર જીવી શકશે નહીં. તે જનાવર પાંગળું બની જશે, તેને પોતાની શક્તિનો ઉપયોગ કરવાની છૂટ મળશે નહીં. માણસની જાત પોતાના નિજ સ્વાર્થ માટે માણસને તો રોટલો-ઓટલો દઈને ગુલામ બનાવી રહ્યો છે પણ આ મૂંગા પ્રાણીઓને પણ નથી છોડતો. આ જ પાપ છે જે તમારા શાસ્ત્રોમાં ભલે ના લખેલ હોય પણ આ મૂંગા જીવનો આત્મા દુભાશે ત્યારે તમે તેની સજા ભોગવશો જરૂર.

બહુ જ જનાવરો પર પ્રેમ છે, તો સિંહ ને ચિત્તાને પાળોને તમને પણ ખબર પડે કે, જે ગુલામ નથી તેને પ્રેમ કરવો કેટલો અઘરો છે.

ગુલામ ગુલામ જ બનાવી શકે તે પ્રેમ કરી શકે નહીં.

36
જીવનના ચાર સ્તંભ

1. સમાજ, 2. સંબંધ, 3. પ્રેમ, 4. પરમાત્મા.

1. સમાજ સમાજનો-ઢાંચો, નિયમો ને સમાજે નિર્માણ કરેલ શાસ્ત્રો, ધર્મ ને ભગવાન. 2. સંબંધ-જન્મજાત ને આર્થિક, માનસિક જરૂરિયાત. 3. પ્રેમ-ભાવનાત્મક જોડાણ. 4. પરમાત્મા-અંતરખોજ, આધ્યમિકતા, પશુથી પરમાત્મા બનવાનો મોકો મનુષ્ય શરીર.

આ પુસ્તકમાં આ ચાર વિષય પર થોડાક શબ્દોમાં મારી સમજ પ્રમાણે વર્ણન કરેલ છે, હું આ પુસ્તમાં લખેલ શબ્દો ને સત્ય માનું છું, વાંચનાર માટે સત્ય હોય તે જરૂરી નથી. મારી સમજ મારા અનુભવે આપેલ છે, ઉધ્ધાર સમજની હું વિરુધ્ધ છું. આ પુસ્તક દ્વારા કોઈને પણ હાનિ પહોંચાડવી કે વ્યક્તિગત ટીકા-ટિપ્પણી કરવાનો મારો કોઈ હેતુ નથી. પુસ્તક વાંચનારને દિલથી પ્રણામ.

૭

નોંધ : આ પુસ્તકમાં સમાવેશ થયેલા વિચારો લેખિકાનાં પોતાના છે. કોઈએ આ વિચારોને અંગત રીતે લેવા નહીં.